ஐயனார் ஆடு

மாத்தளை சோமு

டிஸ்கவரி பப்ளிகேஷன்ஸ்
எண்: 9, பிளாட் எண்: 1080A, ரோஹிணி பிளாட்ஸ்
முனுசாமி சாலை, கே.கே.நகர் மேற்கு,
சென்னை - 600 078. பேச: 99404 46650

ஐயனார் ஆடு

ஆசிரியர்: **மாத்தளை சோமு**©

AIYANAAR AADU

Author: **Mathtalai Somu**©

Printed: Ramani Print Solutions, Chennai - 5

First Edition: December 2021

வெளியீட்டு எண்: 0055

ISBN: 978-93-91994-33-4

Pages: 176

Rs. 220

Publisher • Sales Rights

Discovery Publications
No. 9, Plot,1080A,
Rohini Flats,
Munusamy Salai,
K.K.Nagar West,
Chennai - 600 078.
Mobile: +91 99404 46650

Discovery Book Palace (P) Ltd
No. 6, Mahaveer Complex,
Munusamy Salai,
K.K.Nagar West,
Chennai-600 078.
Ph: (044) 4855 7525
Mobile: +91 87545 07070

discoverybookpalace@gmail.com
WWW.DISCOVERYBOOKPALACE.COM

இந்த நூலில் பிரசுரமாகியுள்ள எந்த ஒரு பகுதியையும் பதிப்பாளரின் எழுத்துபூர்வமான முன்அனுமதி பெறாமல் எடுத்தாள்வதோ, மறுபிரசுரம் செய்வதோ, மொழியாக்கம் செய்வதோ, அச்சு மற்றும் மின்னணு ஊடகங்களில் மறுபதிப்புச் செய்வதோ, காப்புரிமைச் சட்டப்படி தடை செய்யப்பட்டுள்ளது. இந்த நூலிலிருந்து குறிப்பிட்ட பகுதிகளை மேற்கோள்காட்டி புத்தக விமர்சனம் செய்ய, ஊடகங்களுக்கு மட்டும் அனுமதி உண்டு.

உங்கள் மொபைல் போனிலிருந்து ஸ்கேன் செய்து 'டிஸ்கவரி புக் பேலஸ்' மொபைல் ஆப்பை டவுன்லோடு செய்து, புத்தகங்களை வாங்குங்கள்.

என்னுரை

'**ஐ**யனார் ஆடு' அச்சு வடிவிலே வெளிவரும் எனது ஆறாவது நாவலாகும். ஆஸ்திரேலியாவுக்குப் புலம் பெயர்ந்த பிறகு, 2000ல் தமிழகத்துக்கு வந்து, 2007 வரை குடும்பத்தோடு தங்கியிருந்தபோது, திருச்சி மாவட்டத்திலே இருந்த ஐயனார் கோயிலோடு எனக்கு ஏற்பட்ட 'அனுபவங்களே' இந்த நாவலின் கருவாகும்.

ஐயனார் வழிபாடு தமிழகத்தின் கிராமங்களில் பரவிக் காணப்பட்டபோதிலும், சில கிராமங்களில் ஒரு ஐயனார் கோவில் சில சாதியினருக்குக் குலதெய்வ வழிபாடாக இருக்கிறது. வரலாற்றுக் குறிப்புகளைப் பார்க்கின்றபோது, ஐயனார் வழிபாடு ஏழாவது சமயமாக இருந்ததாகச் சொல்லப்படுகிறது. ஏற்கெனவே, சௌரம் (சூரியன்), சாக்தம் (சக்தி), கௌமாரம் (முருகன்), சைவம் (சிவன்), வைணவம் (விஷ்ணு), காணாபத்யம் (கணபதி) என சமய உட்பிரிவுகள் இருந்திருக்கின்றன. அவற்றில் இன்னொன்றே ஐயனாரை வணங்கும் ஆசீவகம். இன்றைக்கு ஐயனார், ஐயப்பனின் மறுவடிவம் என சிலர் பேசி வருவது அபத்தமானது. ஐயனார் ஆதிகால வழிபாடாகும். அதற்கும் ஐயப்பனுக்கும் தொடர்பில்லை.

காவிரி ஆறு பாய்கின்ற திருச்சி மாவட்ட எல்லைக்கு உட்பட்ட 'திருவெள்ளறை' எனும் புராதன நகரில் தோன்றியதே ஆசீவகம். ஆசீவக ஐயனார் வழிபாடு மிகப் பழைமையானது. ஆனால் இன்று அந்த வழிபாடு, காலப்போக்கில் அடைந்த மாற்றங்களாலும், குலதெய்வ வழிபாட்டுக்குள் அடங்கியதாலும் கிராமங்களுக்குள் மட்டுமே இருக்கின்றது. ஐயனாரோடு ஆகாசக் கருப்பு,

சங்கிலிக்கருப்பன், யோகமுனி, லாடமுனி, மின்னடியான் ஆகிய பெயர்களோடு கூடிய தெய்வ வழிபாடும் காணக்கூடியதாக இருக்கின்றது.

ஐயனார் வழிபாடு ஆதி வழிபாடாகும். ஐயனார், கையில் ஆயுதம் தாங்கியவர்; பெரிய மீசை கொண்டவர்; குதிரை, யானை என்பனவற்றை வாகனமாகக்கொண்டவர்; கிராமத்திலேயே கோவில் கொண்டவர்; குலதெய்வமாகவே இருப்பவர். பெரும்பாலும் திறந்தவெளிக் கோவிலே அவருக்கு உண்டு. மேலும், இவரை வணங்குவோர் பங்காளிகள் என்று சொல்கிற சகோதரர்களே ஆவார்கள். இவரை வழிபட பெண்களுக்குத் தடையில்லை. இவற்றையெல்லாம் பார்க்கும்போது இவர் எவரோடும் ஒப்பிடமுடியாத தனித்தன்மை கொண்டவராவார்.

ஐயனார் கோயில்களில், ஐயனார் சிலைக்கு எதிரில் யானை, குதிரை ஆகிய உருவச்சிலைகள் காணப்படும். இன்றைக்கு ஐயனார் கோயில் மற்ற கோயில்களைப்போல் 'கும்பாபிசேகம்' கண்டபோதும், அங்கு பூசை செய்பவர்கள் பூசாரிகளே. இவர்கள் தலைமுறை தலைமுறையாக வருபவர்கள்.

ஊரின் எல்லையில், வயல்களுக்கு நடுவே, வெய்யிலைத் தாங்கியும், மலையில் நனைந்தும், மின்ன மரத்தின் அடியில் விக்கிரமாக வீற்றிருக்கும் ஐயனார் கோவிலுக்கு, எனது (அப்பாவின் அப்பாவான) பாட்டனார்தான் அதன் பூசாரி. பாட்டனாரின் இரண்டாவது மகன் எனது தந்தையார்.

நான் தமிழகத்துக்கு வந்தபோது பூசாரியாக இருந்த எனது பெரியப்பா காலமானார். சித்தப்பாவும் இல்லாததால் பெரியப்பாவின் வாரிசுகள் இலங்கையில் இருந்ததால், ஓராண்டுகாலம் நான் பூசாரியாக இருந்தேன். ஒவ்வொரு திங்களும் வெள்ளியும் காலையில், வெண்பொங்கல், சர்க்கரைப்பொங்கல் இட்டு, பூசை செய்வது நடைமுறை. ஆடி பதினெட்டு, ஆடி இருபத்தியெட்டு, சிவராத்திரி முதலிய நாட்களில் பெரும் பூசைப் போடுவார்கள்.

ஐயனாருக்கு எப்போதும் வெண்பொங்கல் மற்றும் சர்க்கரைப் பொங்கல் மட்டுமே படையல். ஆனால்,

இந்தக் கோவிலில் சற்று வெளியே இருக்கிற ஆகாயக் கருப்புக்கு மட்டுமே 'ஆட்டுக்கிடா' வெட்டுவார்கள். "ஆகாயக் கருப்புக்கு 'ஆட்டுக்கிடா' வெட்டினாலும், ஐயனார் கோவிலில் கிடா வெட்டாம்!" என்பது வாய்வழிச் சொல்லாகும்.

அங்கு, நான் பூசாரியாக இருந்த காலத்திலும், பூசாரியாக இல்லாத காலத்திலும் ஆட்டுக்கிடா வெட்டப்பட்டதைப் பார்த்தேன்.

ஐயனாருக்குப் பூசை முடிந்ததும் ஒரு வெள்ளை வேட்டியால் அவரை மறைத்துவிட்டு, ஆகாயக் கருப்புக்குப் பூசை செய்து கோவிலுக்கு வெளியே 'கிடா வெட்டு' நடக்கும். முழுக்கக் கருமையான நிறம் கொண்ட ஆடுதான் வெட்டப்படும். வேறு நிற ஆடுகள் வெட்டப்படா. கழுத்தில் மாலையும் போடப்பட்டிருக்கும், கழுத்தில் கயிறும் இருக்கும். கயிற்றை ஒருவன் பிடித்துக் கொண்டிருப்பான். அந்தக் கயிறே அதனை யமனிடம் அழைத்துச் செல்லும் என்பதை அறியாத அந்த ஆடு 'மிரள மிரள' விழிக்கும். அடுத்து என்ன நடக்கும் என்பதை மனிதனைப்போல் சிந்தித்து அறியும் அறிவற்றது; மனிதனை எதிர்க்க இயலாதது.

பூசாரி ஆகாயத்தைப் பார்த்து ஏதோ மந்திரங்களை 'முணுமுணு'த்துவிட்டுக் கையிலிருக்கும் சிறிய செம்புக்கிண்ணத்தில் இருக்கும் பூக்கள் மிதக்கிற தண்ணீரை ஆட்டின் தலையில் தெளிக்க, அது தலையை அசைத்து நீரை உதிர்க்கும். அதை ஆகாசக் கருப்பு ஏற்பதாக ஐதீகம். (எப்போதாவது தண்ணீர் தெளித்தும் ஆடு தலையை அசைக்காதபோது அதனை வெட்டமாட்டார்கள்: அப்படியே கொண்டு வந்தவர்கள் வெட்டினாலும் அதனை ஆகாசக் கருப்புக்கு படைக்கமாட்டார்கள்) பூசாரி தலையாட்ட, ஆட்டின் தலை வெட்டப்படும். உடல் சில நிமிடங்கள் துடிக்கும். சுற்றியிருப்பவர்கள் கைதட்டி மகிழ்ச்சியடைவார்கள். ஆட்டை வெட்டியவனுக்கு ஆட்டின் தோல் கிடைக்கும். ஆட்டை வெட்டி ஈரலைக் கம்பியிலே கோர்த்து ஆகாசக் கருப்புக்குப் படையல் போடுவார்கள்.

வெட்டப்பட்ட ஆட்டின் உடல் துடித்ததே என் மனக்கண்ணில் மிதந்தது. மனிதன் சுயநலத்துக்காக

வாய் பேச முடியாத, மனிதனுக்கு எவ்வழியிலும் தீங்கு செய்யாத, மனிதனை நம்பியே வாழ்கிற இந்த ஆட்டை வெட்டலாமா? இதற்கு அனுமதி கொடுத்தது யார்? தன்னோடு அண்டி வாழ்கிற கோழி, ஆடு, மாடு, பன்றி, ஒட்டகம் முதலிய விலங்குகளை மட்டுமே கடவுள் நம்பிக்கையில் பலி கொடுத்து, தெய்வங்களைக் 'கும்பிடும்' இந்த நம்பிக்கை எவ்வாறு வந்தது? விலங்கு, பறவை என்பனவும் மனிதனைப்போல் உயிரினங்கள்தானே. அவற்றைத் தன்வசப்படுத்தி, மனிதன் என்ற சக்தியாக இருப்பவன் அதனை அழிப்பது சரியா?

திரைப்படங்களில் ஆடு, மாடு, கோழி ஆகியவற்றைத் துன்புறுத்தும் - கொலை செய்யும் காட்சிகள் தடை செய்யப்பட்டு, உயிரினங்கள் காவு கொடுக்கும் காட்சிகள் தடை செய்யப்பட்டுள்ளன. ஆனால், ஐயனார் கோயிலில், ஆடு 'காவு' கொடுக்கும் காட்சிகளுக்குத் தடையில்லை.

இலங்கையில் கோயில்களில் 'காவு' கொடுப்பது தடை செய்யப்பட்டுள்ளது. இந்த நாவலில் வரும் கோயிலில் 'ஐயனாருக்குக் கெடா வெட்டு' என்றபோதும், உண்மையில் அங்கிருக்கும் ஆகாசக் கருப்புக்கே கெடாவெட்டு நடக்கும்.

தமிழகத்தில் குலதெய்வக் கோவில்களில், சிறு தெய்வக் கோவில்களில் விலங்குகளைப் பலியிடுவது பன்னெடுங்காலமாக இருந்து வருகிறது என்பதற்கு,

அவிசொரிந்து ஆயிரம் வேட்டலின் ஒன்றன்
உயிர்செகுத்து உண்ணாமை நன்று. (259)

என்ற குறளில், 'நெய், விலங்குகள் முதலானவற்றைத் தீயில் இட்டு ஆயிரம் வேள்விகளைச் செய்வதைவிட, ஒன்றின் உயிரைக் கொன்று உண்ணாமல் இருத்தலே நல்லது' என்ற கருத்தே சாட்சியமாகப் பதிவாகியுள்ளது.

இந்தக் குறளின் கருத்தையும் தாண்டி, வெவ்வேறு வழிகளில் காலங்காலமாகப் பின்பற்றிவரும் இந்தப் பலியிடுதல் வழக்கம் எவ்வாறு உருவானது? அது ஏன் குலதெய்வ, சிறுதெய்வ வழிபாடுகளில் மட்டும் பின்பற்றப்படுகிறது? என்பதையெல்லாம் ஆய்வு

செய்வது நாவலின் முன்னுரையைத் தாண்டி நிற்கும் கருத்தியலாகும். எனவே, நாவலின் கருத்தியலை மட்டுமே பேச முனைகிறேன்.

உயிரைக் கொல்வது - பலி கொடுப்பது சரியா என்பது பற்றியெல்லாம் எண்ணிப் பார்க்கத் தெரியாத ஒரு சிறுவன், அவனுக்காக நேர்த்தி செய்யப்பட்ட ஓர் ஆட்டோடு கொண்ட நட்பு, அது பற்றிய அவனுடைய எண்ணங்களே இந்த நாவலாக விரிந்துள்ளது.

நாவலின் கதாபாத்திரங்கள் கிராமத்தில் வாழ்ந்தவர்களுக்கு, கிராமத்தைத் தெரிந்தவர்களுக்குத் தெரிந்தவர்களாக இருப்பார்கள். கிராமத்திற்குக் கிராமம் ஐயனார் கோவிலும், பலி கொடுத்தலும் வெவ்வேறு வடிவங்களில் இருந்தபோதும் 'பலி கொடுத்தல்' என்ற ஒற்றைச் சொல்லை மையமாக வைத்தே நாவல் எழுதப்பட்டிருக்கிறது.

'ஐயனார் ஆடு' என்ற இந்த நாவல், வாசகர்களைப் புதிய 'களத்துக்கு' அழைத்துச் சென்று ஒரு கருத்தியலை உருவாக்கும் என நம்புகிறேன்.

தொடர்ந்து என் எழுத்துகளுக்கு ஆதரவு தரும் வாசகர்களுக்கும், கையெழுத்தில் இருந்ததை அச்செழுத்தில் கொண்டு வந்த நண்பர் இரா.வேணுகோபாலகிருஷ்ணன் அவர்களுக்கும், நாவலை வெளியிடும் 'டிஸ்கவரி பதிப்பகம்' உரிமையாளர் திரு. மு.வேடியப்பன் அவர்களுக்கும், அட்டைப்படம் உருவாக்கிய திரு. லார்க் பாஸ்கர் அவர்களுக்கும் எனது அன்பார்ந்த நன்றி!

அன்புடன்

திருச்சி, மாத்தளை, சிட்னி
05.10.2021

மாத்தளை சோமு
mathtalai@gmail.com

வீட்டுக்குள்ளே இருந்த 'தொட்டி முற்றம்' என அழைக்கப்படும் முற்றத்தில் இரு கயிற்றுக் கட்டில்கள் போடப்பட்டிருந்தன. ஒரு கட்டிலில் பழைய வேட்டியை விரித்திருந்தார்கள். அது முத்துராஜாவின் கட்டில். மற்றது சேலம் சமுக்காளம் விரித்த கட்டில். அது முத்துராஜாவின் பேரன் செந்திலின் கட்டில். கட்டிலில் இருவரும் மல்லாக்கப் படுத்திருந்தார்கள். வீட்டின் உள்ளே முத்துராஜாவின் மகன் பாண்டியனும், அவன் மனைவி வசந்தியும் படுத்திருந்தார்கள்.

வீட்டுக்கதவு மூடியே இருந்தது. உள்ளே மெல்லிய வெளிச்சத்தில் சிவப்பு பல்பு எரிந்தது. காற்றைத் தரும் ஃபேன் வேகமாகச் சுற்றிக்கொண்டிருந்தது.

செந்தில் தாத்தாவோடு படுப்பது கணவன், மனைவி இருவருக்கும் வசதியாகப் போய்விட்டது. மகன் மற்றும் மருமகள் ஆகியோரின் கண் பார்வையை அளந்துணரும் முத்துராஜாத் தாத்தா, அவர்களின் தாம்பத்திய உறவுக்கு இடையூறாக செந்தில் உள்ளே போய்விடக் கூடாதென்று அவனைத் தன் பக்கத்திலேயே படுக்க வைத்துக்கொள்வார். செந்திலுக்கும் தாத்தாவோடு படுக்கத்தான் ஆசை. ஆனால், அதையும் மீறி அம்மாவைக் கட்டிப்பிடித்துத் தூங்குகிற எண்ணம் வந்தால், தாத்தாவை உதறித் தள்ளிவிட்டுப் போய்விடுவான்.

கட்டிலில் மல்லாக்கப் படுத்துக்கொண்டே வானத்தைப் பார்த்தார் தாத்தா. வானம் நேற்றுப்போலவே நீல நிறமாக இருந்தது. அங்கொன்றும் இங்கொன்றுமாய் நட்சத்திரங்கள் மின்னிக்கொண்டு இருந்தன. கன்னத்தில் வைத்த

கருப்புப் பொட்டை, குழந்தை தடவிப் பார்த்தால் முகம் எப்படி இருக்குமோ, அதேபோல் ஒரு கருப்பு அடையாளத்தை வைத்துக்கொண்டு வந்தது நிலா. மறுநாள் பௌர்ணமி. மெல்லிய குளிர்காற்று வீசி வெப்பத்தைத் தணித்துச் சுகத்தைக் கொடுத்தது. வீட்டுக்குள்ளே படுத்தால் வியர்க்கும். மின் காற்றாடி வேண்டும். காற்றாடிக் காற்றில் படுத்துப் பழக்கமில்லை. பழக்கந்தானே வழக்கத்துக்குக் காரணம்? எதுவும் பழக்கமாகிவிட்டால் பிறகு அதுவே வழக்கமாகிவிடும்!

மழைக்காலத்தில், திடீரென்று மழை பெய்தால் மட்டும் வீட்டின் உள்ளே போய்ப் படுப்பார் முத்துராஜா. அதுவும் அறைக்கதவைத் திறந்து வைத்துக்கொண்டு. அவர் கதவைத் திறந்தால் மற்றவர்களுக்குப் பிரச்னையே இல்லை. அப்படித்தான் அந்த வீட்டைக் கட்டினார். வாஸ்து பற்றி அறியாத அவர், கொத்தனாரைக் கையில் வைத்துக்கொண்டு திசை பார்த்துக் கட்டினார்.

வீட்டு வாசலுக்கு வெளியே பெரிய திண்ணை. திண்ணையைத் தாண்டினால் பெரிய அறை. அந்த அறையைத் தாண்டினால் சூரிய ஒளி படுமாப்போல் பெரிய முற்றம். வீட்டின் பின்பக்கம் சிறிய அறை. முற்றத்தின் ஒரு பக்கம் படுக்கை அறைகள். அதன் எதிர்ப்பக்கம் களஞ்சிய அறை, குளியல் அறை, கக்கூசு அறை... வீட்டின் பின்புறம் சிறிய அறையைக் கடந்து போனால், மாட்டுப்பட்டி. அதனைக் கடந்தால் தென்னை மரங்கள், முருங்கை மரங்கள், மாமரங்கள், ஆங்காங்கே வாழை மரங்கள், கறிவேப்பிலை மரம், வீட்டுச் சாமிகளுக்குப் பூ வைக்கப் பூமரங்கள் என்று ஒரு சிறிய தோட்டமே உண்டு. இம்மரங்களின் நிழல்கள் சூரியனின் நகர்வுக்கு ஏற்ப, வீட்டின் உள்ளே விழுந்து நகரும்.

தென்னை மரங்களின் கீற்றுகள் அசைவது கட்டிலில் படுத்திருக்கிற தாத்தாவுக்கு நன்கு தெரிகின்றது. அவற்றை ரசித்துக்கொண்டிருந்தபோது அவரை செந்தில் பேச்சில் இழுத்தான்... "ஆகாசத்தையே பாக்கிறியே தாத்தா... அப்படி என்ன பாக்கிறே?"

தாத்தா ஒரு விநாடி யோசித்துவிட்டுச் சொன்னார்... "பூமியப் பாக்கிறாப்போல ஆகாசத்தப் பாத்துக்கிட்டே இருக்கலாம். பகல்ல ஆகாசத்தப் பாத்தா சூரியன், மேகம்தான் தெரியும். ராத்திரியில பாத்தா சந்திரன், நட்சத்திரங்கள், மினுட்டான்

பூச்சி எல்லாம் தெரியும். பூமியப் பகல்ல பாக்கணும், ஆகாசத்த ராவுல பாக்கணும். ஆகாசத்த ராவுல பா˜க்கிறதுக்கும், பகல்ல பாக்கிறதுக்கும் நெறைய வித்தியாசம் இருக்கு... என்ன மாதிரி விவசாயிக்கு பூமி தாய் போல... ஆகாசம் அப்பன் போல. ஆகாச ஐய்யன் மனசு வைச்சா மழை கொட்டும். பூமி நனையும் – வெளையும். அந்த ஆகாச ஐயனுக்கு நம்மூரு ஐயனாரு கோயில்ல ஒரு சிலை இருக்கு. அது பேரு ஆகாசக் கருப்பு..."

செந்தில் தூங்காமல் தாத்தா சொல்வதை உற்றுக் கேட்டுக் கொண்டிருந்தான். தாத்தா அவ்வப்போது ஓய்வெடுத்தது போல் சில நிமிடங்கள் மௌனமாக இருந்து விட்டுப் பேசினார்.

"ஆகாசத்த ராவுல பாத்துக்கிட்டே இருக்கலாம். அப்படிப் பாக்கிறப்ப சந்திரன் எம்மாம் தூரத்தில இருக்குன்னு தெரியுது. சூரியன் அதுக்கு அங்கிட்டு இருக்குன்னு நெனைப்பு ஓடும். எனக்குச் சின்ன வயசில சொல்லிக் குடுத்த பாட்டச் சொல்றேன் கேளு!

"ஆகாசம் ஆகாசம்...
எம்மாம் பெரிய ஆகாசம்
அளக்க முடியா ஆகாசம்...
ஆழம் தெரியா ஆகாசம்!"

அந்தப் பாடலை மிக மெதுவாகப் பாடியே காட்டினார் அவர்.

"அதான் நீ ஆகாசத்தப் பாத்துக்கிட்டே இருக்கியா? பாத்துக்கிட்டே யோசிக்கிறியா?" என்றான் செந்தில். அவனுக்குப் பதினொரு வயது. ஆனால், அவன் கேட்கிற கேள்விகள் அந்த வயதோடு தொடர்புடையது அல்ல. முன் ஞானம் அவனுக்கு. எல்லாவற்றையும் முந்திக்கொண்டு தெரிந்துகொள்வது, பேசுவது.

தாத்தா மெதுவாகச் சிரிப்பை உதிர்த்துவிட்டு, "நா மட்டுமில்ல... யோசிக்கிறவன் எல்லாரும் மேலதான் பாப்பான்."

"ஏன் தாத்தா?"

"மனுசனுக்கு மூளை தலையிலதான். பூமிக்குத் தல, மூளை எல்லாம் ஆகாசம்தான். அதான் மேல பாப்பான்."

தாத்தா ஆகாசத்தைப் பார்க்கத் தொடங்கினார். செந்தில் அடுத்த கேள்வியைத் தொடுத்தான்... "நம்ம ஸ்கூல் மாஸ்டர் அமெரிக்கா சந்திரனைத் தாண்டிச் செவ்வாய்க்குப் போவுதுன்னு சொன்னாரே, எப்படித் தாத்தா?"

“ராக்கெட் செஞ்சு அதில அமெரிக்காக்காரன் போறான். மண்ண நாசமாக்கிட்டு, ராக்கட்ல சந்திரனுக்கோ, செவ்வாய்க்கோ போயி என்ன புரயோசனம்? அங்க பூமியில வாழ்றாப்பில வாழ முடியுமா? பூமியில இருக்கிற மரத்த வெட்டிட்டு மழை இல்லேங்கிறான். ஆகாசத்தை நாசமாக்கிட்டு பூமியில வாழ முடியுமா?”

மனுசன் என்கிற வார்த்தைக்கு வந்துவிட்டால், தாத்தா அவனுக்குப் புரியாத விபரத்தையெல்லாம் சொல்லுவார் என்பது செந்திலுக்குத் தெரியும். மெள்ளமாய்ப் பேச்சை மாற்றினான்... “சரி தாத்தா... நா தூங்கணும். நல்ல கதை சொல்லு...”

“கதயா?” என்று இழுத்த தாத்தா, “சரி... நல்ல கத சொல்றேன். கேட்டுத் தூங்கணும் சரியா?” என்று சொல்லிவிட்டு யோசித்தார்... “என்ன கதை சொல்றது? அதுவும் ஒடனே நெனப்புல வரலியே!”

நேரம் ஓடியது... செந்தில் பொறுமை இழந்தான்.

“எங்க தாத்தா கத?”

கிழவரின் மனதில் ‘பளிச்’சென்று மின்னல்... “ஐயனார் கத சொல்லவா?”

“புதுசாச் சொல்லணும்.”

தாத்தா கதை சொல்லத் தொடங்கினார். “ஒரு நாள் அமாவாசை. எங்க பாத்தாலும் இருட்டு... ஊர்ல மொத நா ராத்திரியே தண்டோராப் போட்டாங்க. நாளைக்கி அமாவாசை. கும்மிருட்டு... சாக்கிறத. உசார்... உசார்... திருடன் உசார்னு சொன்னாங்க. அப்பல்லாம் கரண்ட் இல்ல. எண்ணை விளக்குத்தான் வூடுகள்ல எரியும். எல்லாரும் பயந்து போயி, ஐயனாரை வேண்டிகிட்டு வீட்டுக் கதவ நல்லா மூடிக்கிட்டுப் படுத்திட்டாங்க. அப்ப ஒரு திருடன் ஊருக்குள்ள வந்திட்டான். அவன் எப்படி வந்தான்னா, ஐயனார் போல மீசை வைச்சிக்கிட்டு, வெள்ளை வேட்டி கட்டி, தலப்பா வைச்சிகிட்டு, சுருட்டப் பத்த வைச்சிப் பொகை விட்டுக்கிட்டு ஊருக்குள்ள வந்தான்.

இது, சிறுகுடி ஐயனாருக்குத் தெரிஞ்சிருச்சி. திருடன் போன பக்கமாப் போயி, ரெண்டு மூணு வூட்டுக் கதவத் தட்டுனாரு. ‘ராத்திரியில எவன்டா கதவ தட்டுறது?’ன்னு கதவத் தொறந்த சனங்க, கத்தி, கம்பு, கோடாலியோட வெளியில வந்தாங்க.

வெளிய பாத்தா, ஐயனாரு ஓடுறாரு. அதப் பாத்திட்டு, "திருடன், திருடன்"னு வெரட்டிக்கிட்டு ஓட, திடீர்னு ஒரு இடத்தில ஐயனாரு மறைஞ்சிட்டாரு.

ஆனா, கூட்டம் தொரத்திக்கிட்டுப்போய், திருடக் காத்திருந்த திருடனப் புடிச்சிருச்சி. அவன மரத்தில கட்டி வைச்சாங்க. அப்ப அந்தத் திருடன உத்துப் பாத்த ஒருத்தரு, 'நாம துரத்திக்கிட்டு வந்தவன் இவன் இல்லையே..! இவன் திருட வந்தவன், கதவத் தட்டினது இவன் இல்லே'னு சொல்ல, எல்லாரும் யோசிச்சாங்க!"

'பேரன் செந்திலும் யோசித்துப் பார்க்கட்டும்' என்று கதையை நிறுத்தினார் தாத்தா.

செந்தில் அப்போது கேட்டான், "யாரு தாத்தா, கதவத் தட்டுனது? ஐயனாருதானே?!"

"ஆமா..."

"ஏன் அவரு கதவத் தட்டிட்டு ஓடணும்?"

"திருடன் ஐயனாரு மாதிரி வேசம் போட்டுட்டுத் திருட வந்தான். அது ஐயனாருக்குத் தெரிஞ்சி போயி, அவரும் அவன் மாதிரி உடுத்திக்கிட்டு வந்து கதவத் தட்டிட்டு ஓடுனாரு. சனங்க நெசத் திருடனப் புடிச்சிட்டாங்க! ஐயனாரு காவல் தெய்வம்... அமாவாசைக்கு ஊருக்குள்ள வந்து காவல் காப்பாரு. என் தாத்தா அதக் கண்ணால பாத்திருக்காரு!"

கதை முடிந்தது எனத் தெரிந்துகொண்ட செந்தில், "ஆமா தாத்தா! நீ ஐயனாரை நேர்ல பாத்திருக்கியா?" என்று கேட்டான்.

"நான் கனவுலதான் பாத்திருக்கேன். நேர்ல பாக்கலே" என்ற தாத்தா, "தூங்கலாமில்ல..?" என்று கேட்டார்.

"எனக்குத் தூக்கம் வரல்ல தாத்தா" என்றான் செந்தில்.

"எனக்குத் தூக்கம் வருதே..." என்ற தாத்தா, நிஜமாகவே கொட்டாவி விட்டார். கொட்டாவி விட்டால் தூங்கிவிடுவார். காலையில் ஐந்து மணிக்கெல்லாம் எழுந்துவிடுவார். வயது அறுபதுக்கு மேலாகிவிட்டது. ஆறு வயதில் பழகியது.

"நா தூங்குறேன். நீ ஆகாசத்து நட்சத்திரங்கள எண்ணு... தூக்கம் வந்திரும்..." என்ற தாத்தா, கண்களை மூடினார். அப்போது வீட்டுக்கு வெளியே இருந்து பாடுகிற சத்தம் கேட்டது. குரலை வைத்து, பாடுவது யார் என்பது அவருக்குப் புரிந்தது.

மாத்தளை சோமு | 13

"சிறகை விரிச்சா மயிலாட்டம்
சேர்ந்து குதிச்சா ஒயிலாட்டம்
சீறிப் பாஞ்சா புலியாட்டம்
திரையில போட்டா நிழலாட்டம்
கோஷ்டிகள் சேர்ந்தா வாலாட்டம்
குழப்பம் வந்தால் போராட்டம்
புள்ளப் பெத்தாத் தாலாட்டம்
புருசனோட லோலாட்டம்
பொம்பளன்னா நாயாட்டம்
புரிஞ்சிக்கிட்டா நிக்கும் ஓட்டம்..."

கணீரென்ற குரலில் பாடியது பாட்டுக்காரப் பொன்னம்மா. சீதை, வள்ளி, சந்திரமதி எனப் பல வேடம் போட்டுப் பாடி, ஆடி நடித்ததால், 'பாட்டுக்காரப் பொன்னம்மா' எனப் பெயர் வந்தது அவளுக்கு. அவள் நாடக நடிகையாக, பாடகியாகப் புகழ் பெற்றுச் செல்வத்தோடு வளர்ந்தவள். தன்னோடு ராமனாக, தருமனாக, அரிச்சந்திரனாக, முருகனாக வேடம் போட்டு நடித்தவனையே கணவனாக்கிக் கொண்டவள்.

அவன் நடிப்பில் பெயர் பெற்றவன். அவளிடமும் நடித்தான். அவளது அழகையும், அவளது செல்வத்தையும் அவ்வப்போது கொள்ளையடித்துக்கொண்டே இருந்தான். சினிமாத் தியேட்டர்கள் பெருகியதால் நாடகங்கள் குறைய, வாழ்க்கை நாடகத்தில் பிரச்சனை வந்தது. பணம் இல்லாததால், குடியிருந்த வீட்டை விற்க வேண்டியதாயிற்று. வீடு போன பிறகு, வாழ்க்கையும் போய், கணவன் குடிகாரனாகிக் குடியிலேயே செத்தான். அவள் தெருவுக்கு வந்தாள். தெரு அவளைத் துரத்தியது. பித்துப் பிடித்தது. இன்றைக்கு அவள் தஞ்சமாகி இருப்பது சிறுகுடியில். ஆளைப் பார்த்தால் பித்துப் பிடித்தவள் போல் இருக்க மாட்டாள். ஆனால், அவள் அவ்வப்போது சிரிக்கிற சிரிப்பு, உதிர்க்கிற நாடக வசனங்கள், பாட்டுகள் எல்லாம் அவளைப் பித்துப் பிடித்தவளாகவே அறிமுகப்படுத்தும்.

பாட்டைக் கேட்ட செந்தில், தாத்தாவைப் பார்த்தான். அவர் தூங்குவதுபோலத் தெரிந்தது. வெளியில் இருந்து பாடல் வரவில்லை. தாத்தாவிடமிருந்து மெல்லிய குறட்டை ஒலிக்கத் தொடங்கியது. அவனுக்குத் தூக்கம் வரவில்லை. திடீரென்று அம்மாவைக் கட்டிப்பிடித்துத் தூங்க வேண்டும் என்ற ஆசை வந்தது அவனுக்கு. கட்டிலை விட்டு இறங்கினான். மெள்ளமாய்

நடந்து அம்மா படுத்திருக்கிற கதவைத் தள்ளினான். கதவு நகரவே இல்லை. உள்ளே பூட்டியிருந்தது. ஏன் என்று தனக்குள் அவன் கேட்டுக்கொண்டான்.

உள்ளே மேலே ஃபேன் வேகமாக ஓட, கீழே படுக்கையில் கிடந்தார்கள் அம்மாவும், அப்பாவும். சற்று முன்னர் இருவரும் ஒருத்தரை ஒருத்தர் விழுங்கிவிடுவது போல் பிணைந்து, இணைந்து கடந்து, இப்போது பிரிந்து கிடக்கிறார்கள். அதற்காகத்தான் கதவை மூடிக் கொண்டார்கள். செந்தில் திடீரென்று வந்துவிட்டால்?

கதவைத் தட்ட நினைத்த செந்தில், அம்மாவும் அப்பாவும் தூங்குகிறார்கள், எழுப்பக்கூடாது என்ற முடிவோடு கட்டிலுக்குத் திரும்பினான். அப்போது அவன் காலடியில் முட்டியது ஆட்டுக்குட்டி. ஐயனார் கோயில் நேர்த்திக்காக வளர்ந்து வரும் கறுத்த ஆட்டுக்கடா...

'கதை கேட்ட ஆர்வத்தில் ஆட்டுக்குட்டியை மறந்திட்டோமோ...' என நினைத்த செந்தில், கீழே குனிந்து ஆட்டுக்குட்டியைத் தன் முகத்துக்கு நேரே வைத்து முத்தமிட்டு, பிறகு அதைத் தூக்கிக்கொண்டே கட்டிலில் உட்கார்ந்தான். கட்டிலில் ஆட்டுக்குட்டியைத் தன் அருகே படுக்க வைத்துவிட்டுப் படுத்தான்.

சற்று முன்னர் குறட்டை விட்ட தாத்தா, செந்தில் கட்டிலை விட்டு இறங்கியதுமே விழித்துக் கொண்டார். செந்தில் ஆட்டை முத்தமிட்டது அவருக்குச் 'சுருக்'கென்று முள்ளாய்த் தைத்தது. ஆட்டை முத்தமிட்டதைத் தப்பாக அவர் எண்ணவில்லை. ஆனால், அவன் அப்படி முத்தமிடுகிற ஆடு, ஐயனார் கோயிலில் உள்ள ஓர் ஆகாசக் கருப்புக்குப் படையலாகப் போகிறதே என்பதுதான் அவருக்கு ஒரு கேள்வியாய் எழுந்தது. 'இது தெரியாமல் ஆட்டோடு கொஞ்சுகிறானே! இதனைச் செந்தில் அறிந்தால் எப்படி இருக்கும்? அந்தப் பிஞ்சு மனம் குமுறிப் போகுமே! அதை எவ்வாறு தாங்குவான்?' எண்ணங்கள் சுமையாக மாறி அவரை அழுத்தின.

செந்தில் தூங்கத் தொடங்கினான். ஆனால், முத்துராஜாவுக்கு வெகு நேரம் தூக்கம் வரவில்லை. அவர் மனதுக்குள் நினைவுகள் அலைகளாய் எழுந்து மோதின.

சில ஆண்டுகளுக்கு முன்பு, முத்துராஜா, தன் மகன் பாண்டியனுக்குப் 'பொண்ணு' தேடினார். அந்தக் கிராமத்தில் தனக்கு இருக்கும் மரியாதையை வைத்துப் பாண்டியனுக்குத் திருமணம் செய்துவிடலாம் என நினைத்தார். ஆனால், அது அவ்வளவு சுலபமானது அல்ல என்று தெரிய வந்தபோது மனம் வருந்தினார். 'வெவசாயத்த நம்பி இருக்கிறவனுக்கு எப்புடி பொண்ணுக் குடுக்கறது?' என்று சாடை மாடையாகப் பேச்சு வந்தபோது அதிர்ச்சியுற்றார். 'பாண்டியனை ஒழுங்காகப் படிக்க வைக்காதது தப்போ..?' என எண்ணினார்.

ஒரு நாள் ஆசை ஆசையாகக் கருவாட்டுக் குழம்போடு சாப்பிடப் போனபோது நெருப்பால் சுடுவது போல் பேசினாள் மனைவி. படிக்காதவள் அவள். ஆனால், நிலத்தைப் பற்றியும், மனிதர்கள் பற்றியும் காலங்கள் பற்றியும் அனுபவப் படிப்பு கொண்டவள். ஒரு தாவரவியல் பேராசிரியரைவிட, அவளுக்கு விவசாயக் குறிப்புகள் அதிகமாகத் தெரியும். கை விரல்களிலேயே குறிப்புகள் வைத்திருப்பவள். அவள் அந்த வார்த்தைகளைக் கொட்டியபோது, முத்துராஜா அதிர்ந்தார்...

"ஊரு, நாடுனு இருந்துட்டு நாப்பதுல என்னக் கலியாணம் கட்டிகிட்ட. அப்ப எனக்கு முப்பது வயது. வெவசாயத்தத் தவிர ஒண்ணுமே தெரியாத குடும்பம். எங்க குடும்பமும் உங்க குடும்பமும் வெவசாயக் குடும்பம். ரெண்டு குடும்பத்திலயும் வேற தொழில் இல்ல. நெலம், மாடு, வயலு, வரப்புன்னு வாழ்க்க ஓடிச்சி. ஆனா, பாண்டியனப் படிக்க வையுன்னு அப்பவே நா சொன்னேன்.

இன்னைக்குப் பொட்டப் புள்ளைககூடப் படிக்கப் போவுது. காலம் மாறுது. மழை, மாரி இல்ல. கெணத்தில தண்ணி இல்ல. வெவசாயத்தச் சரிக்கட்ட கவுருமெண்டு இல்ல. கூத்து ஆடத்தான் அவங்களுக்கு நேரம் இருக்கு. பாண்டியன வெவசாயம் மட்டும் தெரிஞ்சவனாக்காதேன்னேன். நீ வெவசாயம்தான் பரம்பரத் தொழில், அத வுட்டுட்டு ஒருத்தன்கிட்டக் கைகட்டி வேல பாக்கிறதான்னு அவனப் படிக்க வுடாம ஆக்கின. இன்னைக்கு உன் பக்கத்தில நிக்கத் தைரியம் இல்லாதவன் எல்லாம் வெவசாயம் பாக்கிறவனுக்குப் பொண்ணுத் தரமாட்டேங்கிறான். நா சொன்னதைக் கேட்டா இப்புடி ஆகுமா?

மனைவியின் இந்த வார்த்தைகளால் தேனாய் இனிக்கிற கருவாட்டுக் குழம்பு முத்துராஜாவுக்குக் கசந்தது. அவர் முகத்தில் கவலை குடியேறியது. கண்களில் சோகம் மிதந்தது. அவற்றைக் கவனித்த அவள், "சரி... சரி... பேசக் கூடாததப் பேசிட்டேன். ஏன் தப்புத்தான். அதப் பெருசாக்காமச் சாப்புடு. சாப்புட்டு வலையூரு நடராசனப் போய்ப் பாரு!" என்று தணிந்த குரலில் பேசினாள்.

முத்துராஜா ஒரு விநாடி மனைவியைப் பார்த்தார். 'சீதேவி முகம்' என்பார்களே, அது போன்ற முகம் அவளுக்கு. நெற்றியில் குங்குமப்பொட்டு. நட்சத்திரமாய் மின்னும் மூக்குத்தி. மஞ்சள் பூசியதைப் போன்ற கன்னங்கள். முட்டை வடிவில் கண்கள். அதனாலேயே 'முட்டைக்கண்ணி'ன்னு ஒரு பட்டப்பெயர் அவளுக்கு உண்டு. அவரைப் போலவே உயரம். எத்தனை பேர் வந்தாலும், நிதானமாகப் பேசி அன்போடு அரவணைப்பாள். கோபம் சுலபமாய் வராது. மணவறையில் பார்த்த போதிருந்த அழகில் பாதி இப்போதும் இருக்கிறது. இவளின் பாதி அழகுதான் இன்றைய மணப்பெண்களுக்கு என்பது பல திருமணங்களுக்குப் போனபோது அவர் கண்ட உண்மை.

அவருடைய நண்பர் முத்துக்கருப்பன், அடிக்கடி கிண்டலாக, 'உன் பொண்டாட்டி நாளும் பொழுதும் கண்ணுக்கு அழகா இருக்கா. பவுடர் கிரீம்னு ஏதாவது பூசுறாளா? டவுன்ல பொம்பளைக அப்படித்தான் பூசுறாளுக!' என்பான். ஆனால், அவள் கஸ்தூரி மஞ்சளைத் தவிர எந்தப் பவுடரும் பூசியதில்லை. சேலை பன்னிரண்டு முழம் வேண்டும். அந்தச் சேலையை உடம்பில் சுற்றினால், எந்தக் கண்களும் அவள் உடம்பை மேய முடியாது. தாலி கட்டிய நாள் முதல் அவரோடு வாழ்க்கையின்

மாத்தளை சோமு | 17

எல்லாவற்றிலும் சம பங்கு கொண்டவள். ஆனால், இரவில் மட்டும் எப்போதாவது முழு உரிமையை அவள் எடுத்துக் கொள்வாள்.

நெஞ்சுக்குள்ளே பூத்துக் கண்களில் மின்னி மறைந்த காட்சிகளில் முத்துராஜாவுக்கு இதழோரம் புன்னகைக் கீற்று நிலவாய் உதித்தது.

சாப்பிட்டுக் கை கழுவியபோது பாலையூர் முத்தையா வந்துவிட்டான். பேச்சுத் துணைக்கு ஆள் வந்தாயிற்று எனக் கண்களைக் காட்டினாள் மனைவி. முத்தையாவைச் சாப்பிடச் சொல்லி, அவன் சாப்பிட்டதும், "வலையூர் வரைக்கும் போயிட்டு வருவமா?" என்று கேட்டார் முத்துராஜா.

முத்தையா உற்சாகமாகத் தலையசைத்தான். குடையை எடுத்துக்கொண்டு தோளில் துண்டைப் போட்டுக்கொண்டு புறப்பட்டார் முத்துராஜா. அவர் பின்னால் முத்தையா போனான். அவனுக்கு முத்துராஜாவைப் பார்க்கிறபோது எப்போதும் ஒரு பிரமிப்பு ஏற்படும். அந்தப் பிரமிப்புக்கு உரியவர் அவர். நல்ல உயரமானவர். நீளமான கால்கள். களையான முகம். அளவான மீசை. தொந்தி இல்லாத வயிறு. மெலிவு என்றோ, குண்டு என்றோ சொல்ல முடியாத தேகம். எப்போதும் புன்னகை ஒட்டப்பட்ட முகம். எந்த நேரத்தில் அவரைப் பார்த்தாலும் நல்ல சகுனம் என்பார்கள். கை ராசியானவர். அவர் சிரித்தால், அதில் ஒரு கவர்ச்சி இருக்கும்.

"ஊர்ல மழை பேஞ்சிச்சா முத்தையா?" என்று கேட்டுக்கொண்டே கீலப்பட்டியை நோக்கி நடந்தார் முத்துராஜா. அவரோடு சேர்ந்து முத்தையாவால் நடக்க முடியவில்லை.

"மண்ணுக் குளிர மழை பெய்யல்ல. சும்மா ரெண்டு மூணு தூத்தப் போட்டிச்சி."

"அப்ப ஒன்னுக்கும் ஆவாதே!"

"வெவசாயி பொழப்பு அப்புடித்தான் ஆயிருச்சி" என்று முத்தையா சொன்னபோது பெருமூச்சை உள் இழுத்து வெளியே விட்டுக்கொண்டே, "நாந்தான் முட்டாளாயிட்டேன். பாண்டியனப் படிக்க வைக்காம வெவசாயத்தில வுட்டேன். இப்ப அவனுக்குப் பொண்ணே கெடைக்க மாட்டேங்குது..." என்றார் முத்துராஜா.

“பாண்டியனுக்கா? அவன்தான் ராசாவாட்டம் இருக்கானே, அவனுக்கா பொண்ணுக் கெடைக்கல? நா ஒரு பொண்ணைக் காட்டுறேன். சோக்கான பொண்ணு. ஆனா, வசதி இல்லாத குடும்பம்... பொண்ணு, பத்து வரைக்கும் படிச்சிருக்கு... வெவசாயமும் தெரியும்...” என்ற விபரங்களை அடுக்கி ஆர்வத்தைத் தூண்டினான்.

“எந்த வூர்ல பொண்ணு இருக்கு?” என்று கேட்டார் முத்துராஜா.

“சொந்த ஊரு முத்தரசநல்லூரு. ஆனா, திருவெள்ளறையில இருக்கு.”

“திருவெள்ளறையிலா?” என்றார் அவர்.

“திருவெள்ளறையில பொண்ணுட்டு அப்பா கடை வைச்சிருக்காரு. அப்பாவுக்கு உதவியாப் பொண்ணு கடையில இருக்கு...”

“அப்படின்னா, வலையூருக்கு அப்புறம் போவலாம். இன்னைக்குத் திருவெள்ளறை போவலாமே! நாளும் நல்லா இருக்கு... போவலாமா?”

அவரின் உற்சாகத்தைப் புரிந்துகொண்டு, “கடைக்குப் போற மாதிரிப் போவலாம்” என்றான் முத்தையா.

இருவரும் திரும்பி நடந்து சிறுகுடியை நோக்கி நடந்தார்கள். சிறுகுடிக்குப் போய் பஸ் பிடிக்க வேண்டும். பாதி தூரம் நடந்தார்கள். அவர்களை எதிர் கொண்டது போல் முருகவிலாஸ் பஸ் வந்தது.

‘சகுனம் நல்லா இருக்கே’ என்று மனது பேசிக்கொள்ள, முத்துராஜா கை காட்டினார். பஸ் நின்றது. இருவரும் பஸ்ஸில் ஏறினார்கள். உட்கார இடம் கிடைக்கவில்லை. நிற்கத்தான் முடிந்தது. இதை விட்டால் அடுத்த வண்டிக்கு ஒரு மணி நேரம் காத்திருக்க வேண்டும்.

வண்டிக்குள் சிறுகுடி முத்தலீப் சாய்பு டிரைவருக்குப் பக்கத்தில் நின்று கொண்டிருந்தார். அவர் இவரைப் பார்க்கவில்லை. பார்த்தால் முதல் கேள்வியே, ‘மாமா தூரப்பயணம் போல இருக்கே!’ என்பார். இவருக்குப் பயணம் போகும்போது இப்படி ஒரு கேள்வி கேட்பது பிடிக்காது.

ஆனால், அவர் நல்ல மனிதர். எப்போதும் மாமா என்றுதான் அழைப்பார். தான் ஒரு முஸ்லீம் என்பதையே காட்டிக் கொண்டதில்லை. மச்சான், மாப்பிள்ளை போல் பழகுவார்.

ஒரு காலத்தில் சிறுகுடியில் மிளகாய் உற்பத்தி செய்தவர். சிறுகுடி மிளகாய், காரத்துக்குப் பேர் போனது. ஆனால், இன்று மழை இல்லாததால், தொடர்ந்து விவசாயத்தை நம்பாமல் பல முஸ்லிம் குடும்பங்கள் மிளகாய் உற்பத்தியைக் கைவிட்டு, மத்தியக் கிழக்கு நாடுகளின் வேலைகளை நம்பியிருக்கின்றன. சிறுகுடியில் இருக்கிற முப்பது முஸ்லிம் குடும்பத்தில் எவராவது ஒருத்தர் குவைத் அல்லது துபை முதலிய நாடுகளில்தான் வேலை செய்கிறார்கள்.

மத்தியக் கிழக்கு நாடுகளில் வேலை செய்கிறவர்கள் அனுப்புகிற பணத்தில் சிறுகுடியில் மாடி வீடுகள் தலைதூக்கியிருக்கின்றன. ஆனால், சிறுகுடியில் இருந்து மலேசியா, இலங்கை ஆகிய நாடுகளுக்குப் போன பிள்ளைமார்கள் வசதி பெருகியதும் சிறுகுடியை ஊராகக்கூட மதிக்கவில்லை. முஸ்லிம்களோ வெளிநாடுகளில் சம்பாதித்த போதும், சிறுகுடியிலேயே வீடு கட்டி வாழ முற்பட்டார்கள். ஆயினும், அயோத்தியிலும், கோவையிலும் கலவரம் வந்தபோது அவர்கள் பயந்துதான் போனார்கள். அப்போது சிறுகுடியில் இருந்த ஏனைய மக்கள், 'நாங்க இருக்கிறோம், பயப்படாதீங்க' என்று நம்பிக்கை கொடுத்தார்கள். அவர்களில் முத்துராஜாவும் ஒருவர்.

முத்துராஜாவின் கையைப் பிடித்துக்கொண்டு முத்தலீப் சொன்னார்... "முஸ்லிம்கிறது வீட்டுக்குள்ளதான். மத்தபடி நா மனுசன் மாமா."

"மாப்புள்ள, நாங்க இருக்கிற வரைக்கும் இங்க ஒண்ணும் வராது. உன் தொப்பிய நான் போடலாம். ஏன் பொட்ட நீ வைச்சிக்கலாம். ஆனா, மனுசன் மனுசனா இருக்கணும். ராமன் ஒசந்த மனுசன். ராமாயணம் படிச்சாத் தெரியும். ராவணன் ஆயுதம் இல்லாம யுத்த களத்தில நின்னப்ப, 'இன்று போயி நாளை வா'ன்னு சொன்ன மனுசன். அவன் பேரைச் சொல்லி மசூதிய ஒடைச்சானுக. அவனுகளுக்கு அரசியல் வேணும். நாம மனுசங்க. நமக்கு அரசியல் வேணாம்..." என்று முத்தலீப்புக்கு ஆறுதல் சொன்னார் முத்துராஜா.

மண் ரோட்டில் புழுதியைக் கிளப்பிக்கொண்டு பஸ் ஓடியது. ஓடுகிற வண்டியில் நின்று கொண்டே யோசித்தார் முத்துராஜா. 'சுதந்திரம் வந்து ஐம்பது ஆண்டுகளுக்கு மேலாகிவிட்டது. இன்னும் பல கிராமங்களில் தார்ச்சாலையே இல்லை. அவ்வப்போது போடப்படுகிற பாதை மழை நீரில் கரையும். கிராமத்தையும் விவசாயத்தையும் அரசியல்வாதிகள் மறந்துவிட்டார்கள். உழுதுண்டு வாழ வேண்டியவன் எல்லாவற்றுக்கும் தொழுதுண்டு பின் செல்ல வேண்டியிருக்கிறது. இளைய தலைமுறையினர் கிராமத்தை விட்டு நகரங்களை நோக்கிப் போகிறார்கள். வயதானவர்களின் முகாமாக கிராமம் மாறி வருகிறது!'

"திருவெள்ளறையெல்லாம் முன்னாடி வாங்க" என்ற கண்டக்டரின் சத்தத்தில் நினைவு திரும்பிய முத்துராஜா பஸ்ஸை விட்டு இறங்கினார். கூடவே முத்தையாவும் இறங்கினான்.

திருவெள்ளறை திருச்சியிலிருந்து துறையூர் போகிற சாலையின் அருகே இருக்கிறது. அங்கு புகழ் பெற்ற பெருமாள் கோயில் உண்டு. மூலவர் புண்டரீகாட்சப் பெருமாள். அந்தப் பெயரை உச்சரிக்கிறபோது ஒரு தயக்கம் எல்லோருக்கும் வரும். கட்டி முடிக்கப்படாத ராஜகோபுரத்துடன் இருக்கும் அந்தக் கோயிலின் தேர்த் திருவிழா சுற்று வட்டார கிராம மக்களின் திருவிழாவாகும். திருவெள்ளறை மிகப் பழமையான கோயில். அதன் புகழை,

'ஆதி திருவெள்ளறை
அடுத்தது திருப்பஞ்சலி
சோதி திருவானைக்கா
சொல்லிக் கட்டியது ஸ்ரீரங்கம்'

என்ற கிராம மக்கள் சொலவடை சொல்லும்.

துறையூர் போகிற சாலையில் திருவெள்ளறைக் கோயிலுக்குப் போகிற வழியில் எழுந்து நிற்கிற அலங்கார வளைவைப் பார்த்து மனதுக்குள் பெருமாளை வணங்கி நடந்தார் முத்துராஜா.

இருவரும் ஒரு கடைக்குள் போனார்கள். கடைக்குப் பெயர் இல்லை. கடையில் இளவயதுப் பெண்ணும், ஒரு வயதானவரும் இருந்தார்கள். அந்த இளவயதுப் பெண்தான் முத்தையா சொன்ன பெண்ணாயிருந்தால், மகன் அதிர்ஷ்டக்காரன் என நினைத்தார் முத்துராஜா. அவள் முகம் அவருக்குப் பிடித்துவிட்டது.

"என்ன வேணுங்க?" என்று அந்தப் பெண்ணே கேட்டாள்.

"ரெண்டு கலர் சோடா குடும்மா."

சோடாவைக் குடித்துவிட்டுப் பணம் கொடுத்தபோது, மறுபடியும் அந்தப் பெண்ணைப் பார்த்துவிட்டுக் கடையை விட்டு வெளியே வந்தார். பிறகு, சிறுகுடி திரும்ப பஸ் வண்டிக்காகக் காத்திருந்தபோது, "முத்தையா! நீதான் அந்தப் பொண்ணை என் பையனுக்கு முடிச்சிக் குடுக்கணும்" என்றார்.

"பொண்ணு புடிச்சிருக்கில்ல. அப்படின்னா முடிச்சிரலாம். ஆனா, பாண்டியனுக்குப் புடிக்கணுமே?" என்று இழுத்தான் முத்தையா.

"இந்தப் பொண்ணுப் புடிக்கலேன்னா, பிரம்மாகிட்டச் சொல்லி வேற பொண்ணுதான் படைக்கணும் முத்தையா" என்று முத்துராஜா சொன்னபோது, "அந்தப் பெண்ணைத்தான் மருமகளாக்க வேண்டும்!" என்றவரின் உறுதியைப் புரிந்து கொண்டான் முத்தையா.

*

முத்தையாவின் இடைவிடாத முயற்சியினால் இரு பக்கத்து ஜாதகங்களும் பரிமாறிப் பார்த்து ஏக திருப்தியாகி, மாப்பிள்ளை பெண்ணைப் பார்ப்பது மட்டும் நடக்காமல் இருந்தது. பாண்டியனோ, 'இப்ப எதுக்குக் கல்யாணம்?' என்று வழக்கம்போல் வாலிப வயதுப் பிகு செய்தான். ஆனால் முத்தையா விடவில்லை. "டேய் பாண்டி! மழை பெய்யிற நேரம் வெதைக்கணும். கெணறு ஊறுற நேரம் இறைக்கணும். பொண்ணு அதுவும் நல்ல பொண்ணுக் கெடைக்கிற நேரம் தாலி கட்டிக்கணும். சோக்கான பொண்ணு. நீ எதுக்கும் வந்து பாரேன்..." என்று தூண்டில் போட்டு அவனை இழுத்தான்.

முத்துராஜாவும் தன் பங்கிற்குப் பேசினார். "பாண்டி! நல்ல பொண்ணுக் கெடைக்கிறது அதிர்ஷ்டத்தைப் பொறுத்தது. உனக்கு அதிர்ஷ்டம் காத்திருக்கு. போயிப் பாரு!"

பாண்டியன் மௌனமாய் இருந்தான். பிறகு என்ன செய்வதென்று தெரியாமல் அம்மாவைப் பார்த்தான். அம்மா அவனைத் தூண்டினாள். "பாண்டி... போயிப் பார்த்துட்டு வருவோம். காலத்தத் தள்ளாதே! என்னய மலேசியா மாப்புள்ள பாக்க வர்றதாச் சொன்னாங்க. ஆனா, அந்த மாப்புள்ள வரச் சொணங்கிருச்சி. அதுக்குள்ளார உங்க அப்பா வந்து என்னைக் கட்டிக்கிறேனுட்டாரு. அந்த மாதிரி ஆயிறக்கூடாது. கிளம்பு!"

பாண்டியன் சம்மதிக்க, ஒரு நாள் திருவெள்ளறைக் கடைக்குப் பின்பக்கமிருந்த வீட்டில் பெண்ணைப் பார்த்தார்கள். பெண்ணைப் பார்த்ததும் பாண்டியனின் அம்மாவுக்குப் பிடித்துவிட்டது. 'அவளே மருமகளாய் வரவேண்டும்'

என ஐயனாரை வேண்டினாள். பாண்டியனோ திகைத்துப் போயிருந்தான். திருவெள்ளறைக் கடைவீதியில் இப்படி ஓர் அழகான பெண்ணா? எத்தனையோ தடவை அங்கு போயும் கண்ணில் படவில்லையே இவள்! அவளை ஒரு தடவை அல்ல, பல தடவை பார்த்தான். அவனுக்கு ஏற்ற உயரம். வேல் போன்ற கண்கள். சாந்தம் தவழும் உதடுகள். காந்தமாய் இழுக்கிற பார்வை. தோகையாய்த் தொங்கி நிற்கும் கூந்தல்.

அவளையே திருமணம் செய்ய வேண்டுமென்ற முடிவுக்கு வந்து மௌனமாய் இருந்தான் பாண்டியன். அவனைப் பெண் வீட்டாருக்குப் பிடித்துவிட்டது. ஆனால், பேச்சு வார்த்தையில் ஒரு சிக்கல் வந்தது போல் பெண்ணின் அப்பா, “பையன் என்ன செய்யிறாப்போல?” என்று ஒரு கேள்வியைக் கொட்டினார்.

அந்தக் கேள்வி சிக்கலானது என்று உணர்ந்த முத்துராஜா பதில் சொல்வதற்குள், “ஒரு கடை வைக்கலாமுனு இருக்காரு. கல்யாணத்துக்கு அப்புறம்தான் எல்லாம்” என்று ஒரு பொய்யை அவிழ்த்து விட்டான் முத்தையா. அதைக் கேட்ட முத்துராஜாவும், பாண்டியனும் திகைத்துப்போய், அதை வெளிக்காட்டாமல் இருந்தார்கள். அதற்கு மேல் கேள்வி கேட்காத பெண்ணின் அப்பா, “ரெண்டு நாள் கெடு குடுங்க... முடிவச் சொல்றோம்” என்றார்.

‘என்ன முடிவு சொல்வார்களோ?’ என்ற எண்ணத்தோடு கீலப்பட்டி வந்த அவர்களுக்குத் தூக்கமே இல்லை. பாண்டியனோ, பெண்ணின் முகத்தை மீட்டு மீட்டுக் கவலையில் இருந்தான்.

முத்துராஜா கவலையோடு, “பொண்ணு வூட்டுல கேட்டதப் பாத்தாச் சிக்கல் வரும்போல இருக்கே!” என்று கேட்டார். ஆனால், முத்தையா அவர் வார்த்தைகளை மறுத்துச் சொன்னான்... “பாண்டியனுக்கு அந்தப் பொண்ணுதான்!”

பாண்டியன் முத்தையாவின் வார்த்தையை நம்பிச் சற்றுத் தைரியமானான். ஆனாலும், முத்தையாவைத் தனியே சந்தித்து, “அவதான் எனக்குப் பொண்டாட்டி. அத முடிக்க வேண்டியது உங்க வேல” என்று கெஞ்சினான். அவனுடைய அந்தக் கெஞ்சல் முத்தையாவுக்கு ஆச்சரியமாக இருந்தது. ‘தேர் போல இழுத்துத்தான் பொண்ணையே பாக்க வந்தான். இப்ப அவதான் பொண்டாட்டிங்கிறானே’ என்று நினைத்த அவன், “பாண்டி! உனக்குத்தான் அந்தப் பொண்ணு” என்று உறுதி கொடுத்தான். ஆனால், முத்துராஜாவைச் சமாதானப்படுத்த முடியவில்லை.

“முத்தையா! நீ எப்புடிக் கட வைக்கலாம்னு சொன்ன?” என்று முத்துராஜா கேட்டார். அதற்கு முத்தையா, “அத நா சொல்லலேனா, பொண்ணே கெடைக்காதே” என்றான்.

“அதுக்காக ஒரு பொய்யா?”

“பொய்யில்ல. ஒரு யோசன. சரி உங்க பார்வையில பொய்யினே வைப்போம். அந்தப் பொய்ய நெசமாக்கிட்டா?”

“என்னா சொல்ற முத்தையா?” ஆச்சரியமாய்க் கேட்டார் முத்துராஜா.

“ஆமா, ஊர்ல மழை, மாரி இல்ல. எங்காவது ஒரு கடயத் திறப்போம்.

“எப்புடி?”

“அதெல்லாம் அப்புறம் சொல்றேன். இப்ப மத்த வேலயப் பாருங்க எல்லாம் சரியா வரும்!”

முத்துராஜா தவிப்போடு இருந்தார். பாண்டியன் ஒரே மகன். அவனுக்குப் பார்த்த முதல் பெண். முடிச்சு விழ வேண்டுமே...! முடிச்சு விழ வேண்டும் என்று ஐயனாரை வேண்டினார். ஐயனார் அவருக்குக் குலதெய்வம்.

இரண்டு நாட்களுக்குப் பிறகு பெண் வீட்டார் சம்மதம் தெரிவித்துத் தகவல் கொடுத்தனர்.

ஒரு முகூர்த்த நாளில் திருவெள்ளறைக் கோயில் மண்டபத்தில் திருமணம் நடந்தது. திருமணம் முடிந்த சில நாட்களுக்குப் பின் பாண்டியனை மனைவியோடு மதுரைக்குப் போய்வரச் சொல்லிக் காசும் கொடுத்தார் முத்துராஜா. பாண்டியனுக்கோ, அப்பாவுக்கு இப்படியெல்லாம் யோசனை வருதா என வியந்து மகிழ்ச்சிக் கடலில் மூழ்கி மதுரைக்கு மனைவியோடு போனான். அவன் மனம் மதுரையில் ஓட்டல் அறையில் தானும் மனைவியும் மட்டுமே என மயங்கியது.

மதுரையில் மீனாட்சியம்மன் கோயிலுக்குப் பக்கத்தில் ஓர் ஓட்டலில் அறை எடுத்தான். கதவை மூடியதுமே அவளைக் கட்டிப் பிடித்தான் பாண்டியன். நழுவிக்கொண்ட அவள், “கோயிலுக்குப் போயிட்டு வந்துதான் எல்லாம். எங்க அப்பா, மதுரைக்குப் போனதும் மீனாச்சியப் பாக்கச் சொன்னாரு” என்றாள்.

"எனக்கு மீனாச்சி நீதான்..."

"ஏன் மீனாச்சி கோயில்ல இருக்கு" என்றாள் அவள்.

யோசித்தான் பாண்டியன். 'அவள் சொல்வதை மீறி அவளைத் தழுவுவதில் ஒரு பக்க இன்பமே கிட்டும்' என்ற உண்மை அவனுக்குப் புரிந்தது. பிறகு அவளோடு மீனாட்சியம்மன் கோயிலுக்குப் போனான்.

இரவு அவனுக்கு அடிமையாக அவள் கிடந்தாள். மறுநாள் அவர்கள் அறையை விட்டு வெளியே போகவே இல்லை.

முத்துராஜா முத்தையாவோடு, பாண்டியன் கடை வைப்பது பற்றிப் பேசினார்.

"நீ பாட்டுக்குக் கடை வைக்கப் போறான் மாப்புள்ளன்னு சொல்லிட்ட... இப்பக் கல்யாணமும் முடிஞ்சிருச்சி. கடை எங்க வைக்கிறது?"

"இதுக்குப் போயி யோசனையா? நா மாமனாருகிட்டேப் பேசிட்டேன். அவர் கடையில கொஞ்ச நாள் போயி யாவாரம் பழகட்டும். அப்புறம் கடை வைக்கலாம்னு சொன்னாரு. அப்பறம் என்னா பிரச்னை சரியாப்போச்சி" என்றான் முத்தையா.

"அது நல்ல யோசனைதான்" என்ற முத்துராஜாவுக்குத் தலைமேல் ஏறிய சுமையெல்லாம் மெள்ள இறங்குவது போல் உணர்வு வந்தது. முத்தையாவை மனதுக்குள் பாராட்டிக் கொண்டார். முத்தையா பணத்துக்காகக் காரியம் செய்பவன் இல்லை.

மதுரையில் இருந்து வந்ததும் பாண்டியன் திருவெள்ளறைக் கடைக்குப் போகத் தொடங்கினான். விவசாயம் முத்துராஜா பொறுப்புக்கு வந்தது. தினமும் காலை 7 மணிக்குக் கடைக்குப் போய், கடைசி பஸ்ஸில்தான் வீடு திரும்புவான். அவன் மனைவி வசந்தியோ, பகல் உணவைச் சமைத்து எடுத்துக்கொண்டு கணவனுக்குத் துணையாகக் கடையில் இருந்துவிட்டுக் கணவனுக்கு முன்பாக வீட்டிற்கு வந்துவிடுவாள். எக்குறையும் சொல்ல முடியாதவளாக மருமகள் இருப்பதைக் கண்ட பாண்டியனின் அம்மா, அவளின் விருப்பத்துக்கே முதலிடம் கொடுத்தாள். மருமகள் வந்ததில் இருந்து வேலையில் பாதி போய்விட்டது. காலைப் பலகாரம் செய்வது மட்டுமே அவளுக்கு வேலையாகியது.

பாண்டியனுக்குக் கடைத்தொழில் பிடித்துப்போனது. வியாபார நுணுக்கங்களை மாமனாரிடம் தெரிந்து கொண்டான். நாட்கள் போகப்போக, பாண்டியன் வியாபாரத்தில் தன்னைவிடக் கெட்டிக்காரனாக வருவதைக் கண்ட மாமனார், "நீயே கடையை நடத்து" என்று சொல்லிவிட்டார். பாண்டியன் மகிழ்ச்சியடைந்தான். பிறகு இருதரப்பும் பேசி, கடைக்காக ஒரு தொகையைப் பேசி மாமனாருக்குக் கொடுத்தார்கள். கடை பாண்டியனுக்குச் சொந்தமாகியது.

பாண்டியன் கடைக்குச் சொந்தக்காரன் ஆனது மாயமல்ல. முத்தையாவின் முயற்சிதான் என நம்பினார் முத்துராஜா. அவனைப் புகழ்ந்தார். அப்போது முத்தையா சொன்னான்... "பாண்டியன் கடை வைக்கப் போறான்னு பொய்தான் சொன்னேன். ஆனா, அந்தப் பொய் நெசமா நடக்கக்கூடியது, யாரையும் பாதிக்காது. அப்ப நா சொன்ன பொய் இப்ப நெசமாயிருச்சே!"

"நீ முத்தையா இல்ல. முத்தையாசாமி. உன் வாக்குப் பொய்யாகாது!"

"பெரிய வார்த்தை சொல்லாதீங்க! நா சாமி இல்ல. மனுசன்."

"சரி, என் மவனுக்குப் பொண்ணுப் பார்த்துக் கல்யாணம் பண்ணி வைச்சே. உன் மவனுக்கு எப்பக் கல்யாணம் பண்ணப் போறே?"

அந்தக் கேள்வி முத்தையாவை உலுக்கியது. "அவன் உருப்பட மாட்டான். அவனுக்கா கல்யாணம்?"

"என்ன முத்தையா! மகனப் போயி இப்புடிச் சொல்ற?"

"உள்ளதச் சொல்ல ஏன் தயங்கணும்? அவன் பாண்டியன் இல்ல. அதனாலதான் உருப்பட மாட்டான்னு சொல்றேன்" என்றான் முத்தையா விரக்தியோடு.

"பெத்தவனே இப்புடிச் சொன்னா சரியா? அவனைக் கூட்டிக்கிட்டு வா. புத்தி சொல்றேன்" என்றார் முத்துராஜா. ஒரு விநாடி அவர் முகத்தைப் பார்த்த முத்தையா சொன்னான்... "அவன் திருந்த மாட்டான்னு நா முடிவு பண்ணி ரொம்ப நாளாச்சி. அவனுக்கும் எனக்கும் பேச்சே இல்ல. நா செத்தாக்கூட வரக்கூடாதுன்னு சொல்லிட்டேன்."

மாத்தளை சோமு | 27

"இப்ப அவன் எங்க இருக்கிறான்?"

"மெட்ராஸ்ல."

"என்ன செய்யறான்?"

"சாராயக்கடையில வேலை செய்றானாம்."

"சின்னவன்?"

"படிக்கிறான். அவன நல்லாப் படிக்க வைக்கணும்."

அப்போது முத்துராஜா சொன்னார்... "முத்தையா, பண ஒதவி தேவைன்னாச் சொல்லு தர்றேன். சின்னவன எப்புடியாவது படிக்க வை."

முத்தையா சலனமின்றி இருந்தான். முத்துராஜா அவனுக்காக மனதுக்குள் வருந்தினார். முத்தையா போன்ற நல்ல மனிதனுக்கு இப்படி ஒரு பிள்ளையா? படைப்பில் குற்றமா? பிறப்பில் குற்றமா? பழக்கத்தில் குற்றமா? குரங்கோடு நட்புக் கொண்டால் பூமாலையைக் கிழிக்கத்தான் வேண்டும்.

பாண்டியனுக்கும் வசந்திக்கும் திருமணமாகி, இரு ஆண்டுகளுக்கு மேலாகிவிட்டன. அவர்கள் நெருக்கமாகவே இருந்தார்கள். ஆனால், அந்த நெருக்கத்திற்கு அடையாளமாக எந்தச் செய்தியும் வரவில்லை. ஒவ்வொரு மாதமும் நல்ல செய்தி வரும் என்று ஏமாந்த முத்துராஜா, முத்தையாவைக் கூப்பிட்டுப் பேசினார்.

"ரெண்டு வருசத்துக்கு மேலாச்சி. மருமககிட்ட இருந்து நல்ல சேதி வரலியே முத்தையா!"

"வரும்... வரும்... காலம் இருக்கு" என்றான் முத்தையா.

"எனக்கு வயசாகுது. பேரனையோ பேத்தியையோ பாக்க வேணாமா... சொல்லு?"

அவரோடு சேர்ந்து அவர் மனைவியும் புலம்பினாள். "போற எடத்தில எல்லாம் சாதி சனம் பேரன், பேத்தி இல்லியானு கேக்கிறாக. அதுக பாட்டுக்கு இருக்குதுக. பதில் சொல்ல முடியல. நீதான் என்னான்னு பாக்கணும் முத்தையா..."

முத்தையா மெல்லமாய்ச் சிரித்துவிட்டுச் சொன்னான். "ஆணையும் பெண்ணையும் சேத்துத்தான் வைக்கலாம். புள்ள பொறக்கவும் வைக்கணுமா? சரி, சரி காதில போடுறேன்."

அடுத்த நாள் பாண்டியனைச் சந்தித்து முத்தையா தன் வேலையைத் தொடங்கினான். இருவரையும் திருச்சிக்கு அழைத்துச் சென்று பரிசோதனை செய்து பார்த்ததில் இருவரிடமும் எந்தக் குறையும் இல்லை என்பது தெரிந்தது. அந்த விபரத்தை முத்துராஜாவிடம் சொன்னான். "ரெண்டு பேரையும் சோதிச்சுப் பாத்ததில எந்தக் குறையும் இல்ல. ஆனா, சாமி குறை இருக்கோ தெரியல்ல. எதுக்கும் குல தெய்வத்த வேண்டுங்க..."

முத்தையா சொன்னதைப் போல், சிறுகுடி ஐயனார் கோவிலுக்குப் பாண்டியனையும் வசந்தியையும் கூட்டிக்கொண்டு போய் நேர்த்திக்கடன் வைத்தார்.

முத்துராஜா சிறுகுடி ஐயனார் மீது வைத்த நம்பிக்கை பொய்யாகாமல் சரியாக ஒரு வருடத்திற்குப் பின் பாண்டியன் தந்தையானான். ஆண் குழந்தை பிறந்தது. 'செந்தில்' என முத்துராஜா பெயர் வைத்தார். பேரனைக் கொண்டாடினார். ஆனால், பேரன் வந்த மகிழ்ச்சியில் ஐயனாருக்குச் செய்ய வேண்டிய நேர்த்திக்கடனை மறந்து போனார். பாண்டியனும் மறந்தான். ஐயனார் கோயிலில் செந்திலின் பிறந்த முடியை எடுத்தார்கள். ஆனால், நேர்த்தி வைத்த கிடாவை வெட்டிப் பூசை செய்யவில்லை.

செந்திலுக்குப் பத்து வயதிருக்கும்... அவனுக்குக் கடுமையான காய்ச்சல். ஒரு வாரமாக அது குறையவில்லை. திருச்சிக்குக் கூட்டிப்போய் டாக்டரைப் பார்த்து மருந்து கொடுத்தும் காய்ச்சல் அப்படியே இருந்தது. காய்ச்சலில் வதங்கிப் போனான் செந்தில். பேரனுக்குப் பக்கத்திலேயே கவலையோடு இருந்தார் முத்துராஜா. ஒரு நாள் அதிகாலை வீட்டுக்கு வெளியே நின்ற குடுகுடுப்பைக்காரன் குடுகுடுப்பையை ஆட்டியவாறு சேதி சொன்னான்...

"வேதனை போவ வேண்டுன...
மாதவனாப் புள்ள வந்தான்
மனசெல்லாம் சந்தோசம் பூத்திச்சி
இனசனமெல்லாம் வாழ்த்திச்சி...
வந்து நின்ன சந்தோசத்தில - புள்ள
தந்த சாமிய மறந்திட்டியே!"

மாத்தளை சோமு | 29

குடுகுடுப்பைக்காரன் முத்துராஜாவைப் பார்த்துச் சொன்னது போல் இருந்தது. சிறுகுடி ஐயனார் நேர்த்தி, பாக்கியாக இருப்பது அவர் மூளைக்கு அப்போதுதான் எட்டியது. 'எப்படி மறந்தேன்? எப்படி மறந்தேன்?' எனத் தவித்தார் அவர்.

அடுத்த நாளே சிறுகுடி ஐயனார் கோயிலுக்குப் போய் சாமி கும்பிட்டு வந்து கருப்பு நிறத்தில் ஓர் ஆட்டுக்குட்டியை வாங்கிக்கொண்டு வந்தார். அந்தச் சிறிய ஆட்டுக்குட்டி வீட்டுக்குள் வந்ததுமே எல்லாமே மாறி வருவது போன்று தோன்றியது முத்துராஜாவுக்கு.

காய்ச்சல் படிப்படியாக இறங்கியது. நாட்கள் செல்லச் செல்ல செந்தில் ஆட்டுக்குட்டியின் தோழனானான். பள்ளிக்குப் போகிற நேரம் தவிர்த்த ஏனைய நேரங்களில் அந்த ஆட்டுக்குட்டியோடுதான் செந்தில் இருந்தான். அதற்கு அழகான பெயரையும் சூட்டினான். 'மணி' என்பதுதான் அதன் பெயர். பெயருக்கேற்றாற்போல் சிறு மணியைக் கழுத்தில் கட்டி வைத்தான் அவன். அது ஓடி வரும்போது பெயரைச் சொல்வது போல், கழுத்தில் கட்டப்பட்ட அந்த ஒற்றை மணி ஒலிக்கும்!

*

ஆகாயம் நீலமாய் விரிந்து கிடந்தது. சூரியனின் வெப்பக் கதிர்கள் பூமியைச் சுட்டுக்கொண்டிருந்தன. வீசுகிற காற்றுக்கூடச் சூடாகிவிட்டது. அது சித்திரை மாதம். வெயிலைத் தவிர வேறு என்ன இருக்கப் போகிறது? பூமியில் இருந்த புல், பூண்டு யாவும் காய்ந்து போயிருந்தன. பூமிக்குள்ளே வேரை ஓட்டி நீரை உறிஞ்சிய மரங்கள் மட்டும் பசுமையாய் நின்றன. ஆடு, மாடுகளுக்குப் புல், பூண்டு கிடைப்பதுகூடக் கஷ்டமாக இருந்தது.

இந்த வருடம் வானம் பொய்த்து விட்டதே எனக் கவலைப்பட்டார்கள் விவசாயிகள். வானம் பொய்த்தா பூமியின் மானம் போய்விடும். பூமியின் மானம் புல், பூண்டு, செடி, கொடிதானே?

வீட்டுக்குள் இருந்து வெளியே எட்டிப்பார்த்தார் முத்துராஜா. எங்கு பார்த்தாலும் வெயில். அன்று வெள்ளிக்கிழமை. குடையை விரித்துக்கொண்டு ஐயனார் கோயிலை நோக்கி நடந்தார் அவர்.

கோயில் திறந்தே இருந்தது. ஆனால், முத்துராஜா கோயிலின் உள்ளே போகாமல் கோயில் ராஜகோபுரத்தருகே நின்று, மேலே கூரையில்லாமல் மின்னமரத்தின் கீழே இருக்கிற ஐயனாரைப் பார்த்துக் கும்பிட்டார். ஐயனாருக்கு எதிரே பெரிய யானை வாகனம் இருந்தது. ஆனாலும் கோயில் வாசலில் இருந்து பார்த்தால் ஐயனார் தெரிவார்.

ஐயனார் திறந்த வெளியில் மின்ன மரத்தின் கீழே இருக்க விரும்பியவர், மின்ன மரத்தின் நிழல்தான் அவருக்குக் குடை. மழையில் நனைவார். காற்று வீசும்போது அந்த மரத்தின் சிறிய இலைகள்

பூவாய் அவர்மீது விழும். அவருக்கு மூலஸ்தானம் கட்ட முயன்று அவரது உத்தரவு கிடைக்காமல் அப்படியே விட்டுவிட்டார்கள்.

கோயில் பூசாரி மின்ன மரத்திற்குக் கீழே இருக்கிற தளத்தைத் தண்ணீர் ஊற்றிக் கழுவிக் கொண்டிருந்தார். பொங்கல் வைத்துப் பூசை செய்ய ஒரு மணியாகும்.

முத்துராஜா மெள்ளமாய்க் கோயிலுக்கு எதிர்ப்புறமாய் இருந்த புளிய மரத்தடியில் ஒதுங்கி, அங்கு கிடந்த ஒரு கல்லில் உட்கார்ந்தார்.

தூரத்தில் முத்தையா வேர்க்க விறுவிறுக்க வந்து கொண்டிருந்தான்.

"வாப்பா... முத்தையா...! இப்ப ஒனக்கு வர வண்டி இல்லையே, எப்புடி வந்த?"

"நம்ம கரீம் பாய் பைக்ல வந்து ஊர்ல நாட்டுக்கோழி வாங்கினாரு. அவரோட வந்தேன்."

"சரி, கல்லுல ஒக்காரு."

முத்தையாவும் மரத்தடியில் கிடந்த ஒரு கல்லில் உட்கார்ந்தான். முத்துராஜா ஆங்காங்கே நிலத்தில் கிடக்கிற தலைமுடியைப் பார்த்தவாறு இருந்தார். அந்த முடியெல்லாம் கோயிலில் மொட்டை போட்டவர்களின் தலையில் வழிக்கப் பட்டவையாகும். முத்துராஜாவின் நினைவு எங்கோ இருந்தது. அவர் நினைவுகளைக் கலைப்பதுபோல் எங்கிருந்தோ வந்த காற்று வேப்பமரத்தில் மோதிக் காய்ந்த இலையைப் பறித்து அவர் தேகத்தில் வீசியது.

"வேப்பங்காத்து நல்லா வீசுது..." என்றான் முத்தையா.

"சொகமா இருக்கு. இப்புடியே தூங்கலாமே!" என்று தன் ஆசையை வெளிப்படுத்தினார். பகலில் வேப்பமரத்தடியில் தூங்குவது தனி சுகம் என்பது அவருக்குத் தெரியும்.

அப்போது ஒரு கார் புழுதியைக் கிளப்பியவாறு கோயில் வாசலில் வந்து நின்றது. அதிலிருந்து கணவன், மனைவி, அவர்களின் பிள்ளைகள் என நான்கு பேர் இறங்கிக் காரில் கொண்டு வந்த பொருள்களை எடுத்துக்கொண்டு கோயிலின் உள்ளே போனார்கள்.

கார் டிரைவர் கார் கதவுகளைச் சாத்திவிட்டு, வேப்ப மர நிழலில் ஒதுங்கி பீடியைப் பற்றவைத்துப் புகைத்தான். வயது அறுபது இருக்கும். நரைத்த தாடி, மீசை, வழுக்கைத்தலை!

"கோட்டையில இருந்து வர்றீங்களா?" என்று அந்த டிரைவரைப் பேச்சுக்கு இழுத்தார் முத்துராஜா. பீடியைப் புகைத்துப் புகை விட்டவாறே, "ஆமாங்க... திருச்சி டவுன்ல இருந்து வர்றேங்க. மொதலாளி தில்லை நகர்ல இருக்காரு" என்றான் டிரைவர்.

"உங்க மொதலாளி அடிக்கடி இந்தக் கோயிலுக்கு வருவாரா?"

"எப்படியும் மாசம் ஒரு தடவ வருவாரு. அவருக்கு இது குலதெய்வம்."

"உங்க குல தெய்வம்?"

"நம்க்கு முசிறிப் பக்கம்."

தூரத்தில் சைக்கிள் வரும் சத்தம் கேட்டது. அதனை ஓட்டிக்கொண்டு பாண்டியன் வந்தான். வண்டியின் பின்னே செந்தில்... சைக்கிள் புளிய மரத்தருகே வந்து நிற்க, செந்தில் சைக்கிளை விட்டு இறங்கி, முத்துராஜாவிடம் ஓடி வந்தான்.

மகனை 'என்ன?' என்பது போல் பார்த்தார் முத்துராஜா.

"செந்தில்... தாத்தாகிட்டப் போவணும்னான். அதான் கூட்டியாந்தேன்..." என்ற பாண்டியன், சைக்கிளைத் திருப்பி வேக வேகமாக மிதித்தவாறு போனான்.

"ஆமா, பாண்டியன் கடைக்குப் போவலியா?" என்ற முத்தையாவின் கேள்விக்கு மனதுக்குள் வேறு பதில் இருந்தபோதும் அதைச் சொல்லாமல், "இன்னைக்கி அவனுக்கு லீவு. மாமனாரு கடையப் பாக்கிறாரு" என்றார் முத்துராஜா.

அந்த பதில் முத்தையாவுக்குத் திருப்தியைக் கொடுத்தது. ஆனால், நேரிடையாகவோ, மறைமுகமாகவோ சொல்ல முடியாதது அந்தப் பதிலுக்குப் பின்னால் இருப்பது அவருக்குத்தான் தெரியும்.

'கடைக்குப் போகாமல் பாண்டியனும் வசந்தியும் வீட்டில்தான் இருக்கிறார்கள். முத்துராஜாவின் மனைவி புலிவலம்

போயிருக்கிறாள். வீட்டில் இப்போது செந்தில் மட்டும்தான். எனவே, பகலை இரவாக்கப் பாண்டியன் முயல்கிறான். ஆனால், வசந்தி விடமாட்டாள். வெள்ளிக்கிழமை என்று ஒதுங்கிவிடுவாள். பாண்டியனோ, அதையும் மீறி...'

பாண்டியனின் நினைவு மங்கலாய் மறைய, வேறு ஒரு நினைவு அவருக்குள் மின்னியது. கல்யாணமான புதிது. மாமனார் வீட்டில் இருந்தபோது, ஒரு நாள் பட்டப்பகலில் மனைவியைக் கூட்டிக்கொண்டு வீட்டின் பின்புறம் அடுக்கியிருந்த அரிசி மூட்டைகளுக்கு இடையே படுக்க வைத்து...

'க்ளுக்' என்று சிரித்தார் முத்துராஜா. முத்தையா அவரைப் பார்த்தான்.

"மகன் பேரன வுட்டுட்டுப் போறான். வூட்டுல என் பொண்டாட்டியும் இல்ல. அதான் சிரிச்சேன்."

அவரின் சிரிப்பையும் அதன் பிறகு உதிர்த்த வார்த்தைகளையும் புரிந்துகொண்டான் முத்தையா. ஆனால் சிரிக்கவில்லை அவன்.

"தாத்தா! ஆட்டுக்குட்டியும் வந்திருச்சி" என்றவாறு ஓடி வந்தான் செந்தில்.

பாண்டியனின் சைக்கிளின் பின்னேயே ஆட்டுக்குட்டி ஓடி வந்திருக்கும். செந்தில் ஆட்டுக்குட்டியைத் தூக்கி அதன் நெற்றியில் முத்தமிட்டான். பிறகு அதனைக் கீழே விட்டான். அது கழுத்து மணி அசைய ஐயனார் குட்டை இருக்கிற பக்கமாய் ஓடியது.

"தாத்தா! ஐயனாரு குட்டையப் போயிப் பாப்பமா?" என்று செந்தில் கேட்டான்.

முத்துராஜா பதில் சொல்வதற்குள் "போவலாமே" என்று எழுந்தான் முத்தையா. அவரும் எழுந்தார். பிறகு இருவரும் ஐயனார் குட்டையை நோக்கி நடந்தார்கள். கடுமையான வெயிலிலும் அந்தக் குட்டையில் செம்மண் நிறத்தில் கலங்கலாகத் தண்ணீர் இருந்தது. எந்தக் காலத்திலும் தண்ணீர் வற்றாது. ஊரில் மேய்கிற ஆடு, மாடுகளுக்குக் குடிதண்ணீர் அந்தக் குட்டைதான்.

குட்டையில் இறங்கிக் கால்களை நனைத்த செந்தில், "மணியக் குளிப்பாட்டவா?" என்று கேட்டான்.

ஒரு விநாடி யோசித்த முத்துராஜா, “வேணாம்! தண்ணிய அள்ளித் தெளி. அது போதும்” என்றார்.

செந்தில் கையால் தண்ணீரை அள்ளி அவன் காலடியில் நின்ற ஆட்டின்மீது தெளிக்க, அது தலையை, உடலை ஆட்டிச் சிலிர்த்தது. அதைப் பார்த்த முத்துராஜாவுக்குக் கோயிலில் கிடா வெட்டின்போது பூசாரி, ஆட்டின்மீது தெளிக்கிற தண்ணீரில் சிலிர்த்துத் தலையை ஆட்டுகிற ஆடு ஞாபகத்துக்கு வந்தது.

அவர்கள் திரும்பவும் வேப்ப மரத்தருகே வந்தார்கள். கார் டிரைவரைக் காணவில்லை. கார் நின்றது. முத்தையா ஒரு கல்லில் உட்கார்ந்தவாறு கேட்டான்... “ஐயனாரு கோயில் பூசாரிய மாத்தியாச்சாமே, ஏன்?”

“அது ஒரு கத...” என்ற முத்துராஜா, செந்தில் எங்கே இருக்கிறான் என்பதை உறுதி செய்து கொண்டு, அந்தக் கதையைச் சொல்லத் தொடங்கினார்.

“இந்த ஐயனார் கோயில் ரொம்பப் பழைய கோயில். எங்கப்பாரு சொன்னதப் பாத்தா, முன்னூறு வருசத்துக்கு முன்னம் தொட்டியத்தில இருந்து தொட்டிய நாயக்கன்னு ஒரு ராசா ஆண்டானாம். ராசான்னா, பெரிய ராசா இல்ல. பெரிய ராசாவுக்குக் கட்டுப்பட்ட சின்ன ராசா. அந்தத் தொட்டி நாயக்க ராசாவுக்குக் குல தெய்வம் இந்த ஐயனாருதான். இந்த ஐயனாரு கோயிலுக்குப் பக்கத்தில அவன் பெரிய சிவன் கோயிலக் கட்டியிருக்கான். இப்ப சிவன் சிலை காட்டுக்குள்ள கெடக்குது. கோயில் செதைஞ்சி போச்சி...”

“தொட்டி நாயக்க ராசா கோயிலுக்கு வந்தா தங்க ஒரு சின்ன வீட்டையும் கட்டி, குளிக்க ஒரு கெணறும் வெட்டியிருக்கான். அந்தக் கெணறு ஓமாந்தூருக்குப் போற ரோட்டில இருக்கு. அதுக்குப் பேரே, தொட்டியன் கெணறு. எந்த வெயிலுக்கும் தண்ணி இருக்கும். தொட்டியன் ராசா ஒவ்வொரு வெள்ளிக்கெழமையும் கோயிலுக்கு வருவான். அந்தக் கெணத்தில ராசா குடும்பத்தத் தவிர வேற யாரும் குளிக்க முடியாதாம்.”

“அப்ப இருந்தே ஐயனாரு மின்னமரத்து நிழல்லதான் இருக்காரு. உடுக்கடிச்சிப் பாத்ததில ஐயனாரு எனக்கு மூலஸ்தானம் கட்ட வேணாம். மரத்துக்குக் கீழயே இருக்கிறேன்னுட்டாரு.”

“இந்தக் கோயிலுக்கு முன்ன ஒருத்தர் பூசாரியா இருந்தாரு. அவர் பேரு வீரப்பாபுள்ள. செக்கச் செவேன்னு இருப்பாரு. நல்ல ஒசரம். நல்ல மனுசன். வாயத் துணியில கட்டித்தான் பூச செய்வாரு. ரொம்பச் சுத்தம். அவரே கோயில் பொங்கல் வைப்பாரு. எங்க சாதி, சனத்தோட ஒத்தாசையா இருந்தாரு. அவசரத்துக்கு நம்ம ஆளுகளுக்குக் கடன் குடுப்பாரு. அவரப் பூசாரின்னுதான் சொல்லுவோம். கீலப்பட்டிக்கெல்லாம் வருவாரு. பால்தான் குடிப்பாரு. எந்த வூட்டுலயும் தண்ணி குடிக்க மாட்டாரு. ரொம்பச் சுத்தம் பத்தம். ஆனா, நல்ல மனுசன்...”

“அந்தப் பூசாரிய எடுத்திட்டு வேற பூசாரிய வைக்க வேற பங்காளிக்கூட்டம் வேல செஞ்சாங்க. அவரு வுடல்ல. முசிறி கோர்ட்டுல வழக்குப் போட்டாரு. அப்ப வெள்ளக்காரன் ஆட்சி. ஜட்ஜ் வெள்ளக்காரன். வழக்க விசாரிச்சி, வீரப்பாபுள்ள வம்சத்துக்குத்தான்னு பூசாரிப்பட்டம் எழுதி வைச்சிட்டாரு. அன்னயிலிருந்து அவரு வம்சம்தான் பூசாரி வேல செய்யுது.”

“அவருக்கு மூணு பையங்க. மூத்தவனும் ரெண்டாவதும் சிலோன் போயிட்டாங்க. கடேசி மவன் மட்டும் சிறுகுடியில இருந்தான். பூசாரியாரு கடேசிக் காலத்தில பங்கு பிரிக்கணும்னு ஆசப்பட்டாரு. சிலோன்ல இருந்த ரெண்டு மகன்மார்கள வரச் சொன்னாரு. அவங்க வர்றாங்கன்னு தெரிஞ்சதும் பங்கு கேப்பாங்கன்னு வூட்டில இருந்த நெல்லு, பருப்பு, சோளம், எள்ளு மூட்டைகள மச்சான் வூட்டுக்குச் சின்ன மவன் அனுப்பி வைச்சான். பூசாரியாரால அதத் தடுக்க முடியல.”

“சிலோன்ல இருந்து பூசாரி வூட்டு மூத்தவனும், ரெண்டாவது மகனும் வந்தாங்க. பஞ்சாயம் பண்ணினாங்க. கடேசி மவன் ரொம்பவே தகராறு செஞ்சான். காட்டுக்கும் மேட்டுக்கும் இழுத்தான். எதுக்கும் ஒத்து வரல்ல. கடேசியில யார் யாருக்கு எந்தக் காடுனு ஐயனாரு முன்ன பூக்கட்டிப் பாத்தாங்க. அதிலயும் கடேசி மவனுக்குத் திருப்தி இல்ல. கோவத்தில ஐயனாரு செலை மேலே வைக்கப்போரப் போட்டு நெருப்பு வைச்சான். சரியா, ஒரு வாரத்தில அவனுக்குப் பைத்தியம் புடிச்சிச்சி. எந்த மருந்தும் கேக்கல்ல. சாகிற வரைக்கும் அவன் பைத்தியமாகவே அலைஞ்சான்.”

“சிலோன்ல இருந்து வந்தவங்க பங்கு பிரிச்சிட்டு, காட்டக் குத்தகைக்கு வுட்டுட்டுப் போனாங்க. தம்பி ஒழுங்கா இருந்திருந்தா

தம்பி கிட்டயே குத்தகைக்கு வுட்டிருப்பாங்க. கடேசி மவன் பைத்தியமானது பூசாரிக்குக் கவல குடுத்திச்சி. ஆனா, ஐயனாரை எதுத்தவன் இப்படித்தான் போவான்னு அவருக்குத் தெரியும். அவரு அந்தக் கவலையிலேயே செத்துப் போனாரு. அவருக்குப் பின்னாடி அவருட்டுத் தம்பி படைச்சாரு."

"சிலோன்ல கலவரம் வந்து அங்க வாழ முடியாம, பூசாரி வூட்டு மூத்த மவன் சிறுகுடிக்கு வந்தாரு. அவரப் பாத்தா செத்துப் போன பூசாரி மாதிரியே இருந்திச்சி. ஆளுக எல்லாம் ஐயனாரு பூசாரி வாரிசக் கொண்ணாந்திருச்சின்னு சொன்னாங்க. அவரு ரொம்ப நாளாப் படைச்சாரு. அவரு செத்ததும் பைத்தியம் புடிச்ச தம்பி மவன் படைச்சான். ஆனா, அவனுக்கு அடிக்கடி வலிப்பு வரும். ஒரு நா, வயக்காட்டுல குப்பையப் பத்த வைச்சாங்க. அந்த நேரத்தில அங்க இருந்த பூசாரி, வலிப்பு வந்து நெருப்புல விழுந்திட்டான். கால்ல பெரிய நெருப்புக்காயம். அதனால, கோயில் படைக்க அவனால முடியல. அவன் பக்கத்தில இருந்த நடுப்பாட்டா மவனுக்கிட்ட சாவியக் குடுத்துப் படைக்கச் சொன்னான். அவரும் படைச்சாரு. அப்புறம் சிலோன்ல இருந்து நடு மவனுட்டு, அதாவது வீரப்பாபுள்ள ரெண்டாவது மவனுட்டு, மூத்த மவன் வந்து கோயில் சாவிய வாங்கிப் படைச்சான். அவனுக்கு ஒதவியா, வலிப்பு வருமே அவனும் இருந்தான்."

"கொஞ்ச நாள்ல சித்தப்பா மவனுக்கிட்ட அதான் வலிப்பு வருமே அவனுக்கிட்டயே சாவியக் குடுத்துப் படைக்க வைச்சான் சிலோன்ல இருந்து வந்தவன். இப்ப அவன்தான் படைக்கிறான்."

"அது சரி, யாரு படைக்க உரித்தான பூசாரி?" என்று முத்தையா கேட்டான்.

"வீரப்பாபுள்ள பூசாரியாருட்டு மூத்த மகன் வாரிசு. அவங்க யாரும் வரலேனா ரெண்டாவது மவன் புள்ளைக படைக்கணும். அவங்களும் இல்லேன்னா பூசாரிவூட்டு கடேசி மவன் புள்ளைக படைக்கணும். இப்பப் படைக்கிறது அவன்தான்."

"ஆமா, ஐயனாரு அமாவாசைக்கும் பௌர்ணமிக்கும் ராத்திரியில ஊருக்குள்ள வருவாருன்னு சொல்றாங்க. நீங்க ஐயனாரைப் பாத்தீங்களா?"

முத்தையாவின் இந்தக் கேள்விக்கு உடனே பதில் சொல்லாமல் மௌனமாக இருந்தார். அவர் கண்ணில் மீசை,

தலைப்பாகை, கையில் சுருட்டுடன் கூடிய ஐயனார் உருவம் தெரிந்தது. மெள்ளமாய்ப் பேசத் தொடங்கினார்.

"நீ காத்தப் பாத்திருக்கியா? உன் தேகத்தில இருக்கிற உசுரப் பாத்திருக்கியா? அது போலத்தான் இந்த ஐயனாரும் பாக்க முடியாது. புரிஞ்சுக்கலாம்." – முத்துராஜா அசையா நம்பிக்கையுடன் பதில் கொடுத்தார்.

"வாங்க சாமி கும்புடுவோம்" என்று பூசாரி கோபுர வாசலில் இருந்து அழைத்தார். முத்துராஜா செந்தில் எங்கே என்று பார்த்தார். அவன் கோபுர வாசலருகே நின்று கொண்டிருந்தான். அவனுக்குப் பக்கத்தில் குட்டி ஆடு நின்றது.

முத்தையாவும் முத்துராஜாவும் கோயிலை நோக்கி நடந்தார்கள். அப்போ வெயிலில் வேர்க்க வந்தாள் பாட்டுக்காரப் பொன்னம்மா. முத்துராஜாவைப் பார்த்ததும் கும்பிட்டாள். ஐயனார் கோயிலில் பொங்கல் வாங்க வந்திருக்கிறாள்.

அவர்கள் உள்ளே போனதும் கோபுர வாசலில் உட்கார்ந்து பாடத் தொடங்கினாள் பாட்டுக்காரப் பொன்னம்மா...

"ஐயனாரு... ஐயனாரு...
அகிலத்தப் படைச்ச ஐயனாரு...
பொய்யாரு புரட்டாரு - இங்க
மெய்யாரு புடிப்பாரு ஐயனாரு!
ஆசைக்கு அடிபணியா ஐயனாரு - அவர்
மீசை வச்ச தெய்வம் பாரு
காசைக் கொட்டிக் குமிச்சாலும்
கையெல்லாம் நீதிக்கே காட்டுவாரு!"

அவள் பாட்டைக் கேட்டதில் கோயிலுக்குள்ளே இருந்த திருச்சியில் இருந்து வந்தவரின் கண்களில் சிவப்பேறியது.

*

பட்டப்பகலில் வானம் இருட்டத் தொடங்கியதும், 'பகல்ல இருட்டுனா மழை பெய்யும்' என்று முத்துராஜா சொல்லிக் கொண்டிருந்தபோது மெல்லிய குளிர் காற்று வீசத் தொடங்கியது. முற்றத்தில் கொடிக்கயிற்றில் காயப்போட்டிருந்த துணிகளை அவசர அவசரமாக எடுத்தாள் முத்துராஜாவின் மனைவி. செந்தில் இன்னமும் பள்ளிக்கூடத்திலிருந்து வரவில்லை. பள்ளி முடிகிற நேரம். மழை பெய்யப் போவதால் குடையெடுத்துப் பேரனைக் கூப்பிட முடிவு கட்டினார். குடையைத் தேடி எடுப்பதற்குள் மழை பெருத்த சத்தத்தோடு பெரிய பெரிய துளிகளாகப் பெய்யத் தொடங்கியது.

மேலிருந்து கீழே விழுகிற பெரிய பெரிய மழைத்துளிகளை ஆசையோடு பார்த்தார் முத்துராஜா. மழை பெய்வது அவருக்கு மகிழ்ச்சியானது. கடுமையான வெப்ப காலத்தில் மண் குளிர மழை பெய்தால் வெப்பமும் குறையும், மனசும் குளிரும். மனிதன் ஆயிரம்தான் 'றெக்கை' கட்டிக்கொண்டு வானவெளியில் நடனம் ஆடினாலும் இந்த வான் அமுதத்தை வழங்காவிட்டால் மண்ணும் காய்ந்து, செடி கொடிகளெல்லாம் காய்ந்து, வீசுகிற காற்றும் காய்ந்து மனிதர்களின் நாவும் வறண்டு போகும்.

மழையைப் பெய்விக்க மனிதனால் முடியுமா? செயற்கையாக மழை பெய்விக்க முடியும் என்கிறார்கள். ஆனால் மேடு, பள்ளம், காடு, மேடு, குடிசை, மாளிகை என யாவற்றுக்கும் பொதுவாய் இந்த மழை போல் பெய்ய முடியுமா?

வானம் கறுத்து, இடி இடித்து, மின்னல் வெட்டி ஒரு தாயைப் போல் அல்லவா மழையைப் பிரசவிக்கிறது இந்த வானம்... மழை பெய்வது பிரசவம் போலத்தான். ஆகாயத்தின் பிரசவ வேதனையில் மழைக்குழந்தை பிறக்கிறது.

முத்துராஜா மழையை ரசித்தார். விவசாய மனசு. பூமித்தாய் குளிர நனைவது உலகத்தில் விவசாயிக்கு மட்டுமே மகிழ்ச்சி தரும். 'இந்த மழை ரெண்டு மணி நேரம் விடாமப் பெஞ்சா குளம், குட்டை, கெணறு நிறையும். நல்லா மழை பெய்யட்டும் ஐயனாரே!' என்று அவர் வேண்டினார்.

வெகுநேரம் மழையை ரசித்த அவரை எவரோ தொடுவது போல் இருந்தது. திரும்பிப் பார்த்தார். மனைவிதான் நின்றாள். கையில் டம்ளர். "காபியக் குடிச்சிட்டு செந்தில நனையாமக் கூட்டிகிட்டு வாங்க" என்றாள். காபி டம்ளரை அவளிடமிருந்து வாங்கியபோது அவர் மனசு எங்கோ போயிற்று. நெஞ்சுக்குள் கடந்தகால நினைவுகள் அலை அலையாய் வந்தன. கடந்த காலத்தை நினைத்துப் பார்த்தார். மீசை கறுத்தது போல் ஓர் உணர்வு. மீசை கறுத்தால் வாலிப மிடுக்குத்தானே!

அவர் திருமணமான புதிது. அன்றும் ஒரு மழை பெய்தது. வீட்டில் மனைவி தனியே இருந்தாள். அம்மா, அப்பா ஓமாந்தூர் போயிருந்தார்கள். வயலுக்குப் போய் மழையில் நனைந்து திரும்பி வந்த முத்துராஜா குளித்துவிட்டுத் தலையைத் துவட்டிக் கொண்டிருந்தபோது பக்கத்தில் நின்ற மனைவியைத் திடீரென்று கட்டிப்பிடித்தார்.

அவள் "மாமா வந்திருவார்" என்று சொல்லிப் பார்த்தாள். ஆனால் அவரின் முரட்டு அணைப்பின் முன்னே அவளால் மண்டியிடத்தான் முடிந்தது. பகலை இரவாக்கி மறுபடியும் குளித்தார்.

மனைவி வெட்கம் பூக்க, "பகல்ல மழை பெஞ்சு ரெண்டு தடவ குளிச்ச ஆள இப்பத்தான் பாக்கிறேன்" என்று சொன்னாள். அதற்குப் பிறகு மழைக்காக ஏங்கினாள் அவள். நினைத்ததும் மழை வருமா என்ன?

"மழை பெய்யிறதப் பாத்தா மனசு பழைய காலத்துக்குப் போவுமே" என்று சொன்ன அவள், பிறகு "காபியக் குடிச்சிட்டுப் பேரனக் கூட்டிக்கிட்டு வாங்க.... மழைத் தூறல் அவன் தலயில படக்கூடாது" என்றாள்.

காபியைக் குடித்துவிட்டுப் பெரிய கருப்புக் குடையை விரித்துப் பிடித்துக்கொண்டு நடந்தார் முத்துராஜா. எந்த மழையையும் தாங்கும் 'மான் மார்க்' குடை. கண்டியில் இருந்து வந்தது. கோயில் பூசாரியின் பெரியப்பா மகன் வாங்கி வந்தது.

முத்துராஜா பள்ளிக்கூடம் போனபோதும் மழை விடாமல் பெய்தது. பள்ளிக்கூடத்தில் அவருக்கு முன்பே பேரனின் ஆட்டுக்குட்டி மழையில் நனைந்தவாறு நின்றது. ஆட்டுக்குட்டியை நினைத்து ஒரு விநாடி பெருமைப்பட்டாலும், 'இது எத்தனை நாளைக்கு?' என்ற கேள்வி அந்தப் பெருமையை மழுங்கடித்தது. அது ஐயனாருக்காக வளர்க்கப்படும் கிடா... அது தெரிந்தால் செந்தில் என்ன செய்வானோ?

பள்ளி மணி அடித்தது. செந்தில் துணிப்பையோடு மழையில் எப்படிப் போவது என யோசித்தவாறு வகுப்பை விட்டு வெளியே வந்தான். வெளியே அவனை எதிர்பார்த்து மழையில் நனைந்தவாறு ஆட்டுக்குட்டி நின்றது.

பள்ளிச் சுவரோடு நனையாமல் சாய்ந்து நின்ற செந்தில், நனைகிற ஆட்டைப் பார்த்து, "கரெக்டா டைமுக்கு வந்திட்டியே! அப்படியே கொடய எடுத்திட்டு வந்திருக்கலாமே!" என்றான். அவனோடு படிக்கிற மாணவர்கள் செந்திலின் ஆட்டைப் பார்த்துப் பரபரப்பானார்கள்.

"செந்தி வூட்டு ஆடு வந்திருக்குடா..."

"செந்திக்கு ஃபிரண்டே ஆடுதாண்டா..."

"செந்தியும் ஆடும் ஒண்ணாத் தூங்குவாங்களாம்..."

மாணவர்களின் கேலிப்பேச்சு திசை மாறுவதைக் கண்ட செந்தில், "சும்மா இருங்கடா" என்று சத்தம் போட்டுவிட்டுப் பள்ளிக்கூட கேட்டருகே தாத்தா குடையோடு நிற்பதைக் கண்டான்.

"தாத்தா கொடையோட வந்துட்டாரு..." என்று செந்தில் உற்சாகமாய்ப் பேசினான். அதற்குப் பிறகு எவனும் பேசவில்லை. வகுப்பில் செந்தில்மீது எப்போதும் கேலிப்பேச்சுக் குவியும். அவனை 'ஆட்டு மனுசன்' என்பார்கள். அவற்றையெல்லாம் கோபமாக எடுக்காமல், "நா ஆட்டு மனுசன்தான். ஆனா உங்கள மாதிரி பிஸ்கட்டுக்கோ, சாக்லட்டுக்கோ சண்டைப்

புடிக்கிறவன் இல்ல...” என்று சொல்லி அவர்களின் வாயை மூட வைப்பான்.

“தாத்தா... நீ வந்திட்டியா?” என்ற செந்தில் ஒரே ஓட்டமாக ஓடி அவரின் குடைக்குள் நுழைந்தான். பிறகு ஆட்டையும் கூப்பிட்டான். ஆடு குடைக்குள் போகாமல் அவர்கள் பின்னே நனைந்தவாறு நின்றது.

மழை பெய்து கொண்டே இருந்தது. வழி நெடுக நனைந்து போயிருக்கிற பூமியைப் பார்த்துக்கொண்டே வந்தார் முத்துராஜா. வீட்டிற்குப் போகப் பாதி தூரம் இருந்தது. திடீரென்று ஆடு துள்ளிக்கொண்டு ஓடியது. அது ஓடுவதைக் கண்டு ஓடப்பார்த்த செந்திலைத் தடுத்தார் அவர். அவனோ, “ஆடு நனைஞ்சா காய்ச்ச வருமே!” என்று சொல்லிக் கொண்டிருந்தான்.

முத்துராஜா வீட்டுக்குப் போய்ச் சேர்ந்தும், வீட்டுக்குள் போகாமல் திண்ணையில் உட்கார்ந்தார். செந்தில் வீட்டுக்குள் போனான். குடையை மடக்கித் தண்ணீர் வடிய வைத்தார். குடை நீர் வடியும்வரை வீட்டுக்குள் போகமாட்டார் அவர்.

மழை, வேகம் குறையாமல் பெய்தது. கண்களை மூடி திண்ணைச்சுவரில் மெள்ளச் சாய்ந்தார் முத்துராஜா.

“மாமா... நல்லா இருக்கீங்களா?”

கண்களைத் திறந்து பார்க்கும் முன்பே, வந்திருப்பது சாமியாடி அம்மா என்பதைக் குரலிலேயே உணர்ந்தார். கண்களைத் திறந்து பார்த்தார். சாமியாடி அம்மா மழையில் குடை பிடித்தவாறு நின்றாள். அவளைத் திண்ணையில் உட்காரச் சொன்னார். அவளும் திண்ணையில் உட்கார்ந்தாள். திண்ணை மிகவும் நீளமானது. நெருக்கி நெருக்கி உட்கார்ந்தால் முப்பது பேர் உட்காரலாம்.

“ஆமா! திடீர்னு மழையில வந்திருக்கியே!”

“பாலையூருக்கு ஒரு வேலையாப் போனேன். அங்க ரங்கசாமி மவளுக்குப் பேய் புடிச்சிருக்கு! ரொம்பக் கஷ்டப்பட்டு வெரட்டிட்டு வர்றேன். வர்ற நேரம் மழை வந்திருச்சி. அப்படியே தாத்தாவக் கீலப்பட்டியில போயிப் பாத்துட்டு வர்றேன்.”

“ஆமா, தாத்தா எப்புடி இருக்காரு?”

“தாத்தாவுக்கு எம்பதுக்கு மேலாச்சி. மெது மெதுவா வூட்டுக்குள்ள நடப்பாரு. காது கேக்கிறது கொறைஞ்சி போச்சி. சத்தமாப் பேசணும். உத்துப் பாத்தா அடையாளம் தெரியும். மவனும் மருமகளும் அப்பாவ நல்லாப் பாக்கிறாங்க. என்னாலதான் ஒண்ணும் செய்ய முடியல.”

அவள் கலங்கினாள். முத்துராஜா அவளைப் பார்த்தார். மஞ்சள் சேலையில் நெற்றியில் குங்குமப் பொட்டுமாய் இருந்தாள். திருமணமாகிப் புருசன் தொல்லையால் தாலியைக் கழற்றிக் கொடுத்துவிட்டு மஞ்சள் சேலைக்கு மாறினாள். வீட்டிலேயே அம்மன் கோயில் வைத்திருக்கிறாள். வெள்ளிக்கிழமை பொங்கல் வைத்துப் பூசை போடுவாள். குறி சொல்வாள். மந்திரித்துக் கயிறு கொடுப்பாள். விபூதி பூசுவாள். சுற்று வட்டாரத்தில் நல்ல மரியாதை. திருவிழாவில் சாமியாடுவாள்.

“என்ன குடிக்கிற?” என்று முத்துராஜா கேட்டதும் அவள், “மோர் குடுங்க.. இல்லேனாத் தண்ணி குடுங்க” என்றாள். பிறகு, “ஆமா, உன் வாழ்க்க எப்புடி இருக்கு?” என்று கேட்டார்.

சாமியாடி அம்மாவின் முகத்தில் புன்னகை மின்னலாய் வெட்டி மறைந்தது. “எனக்கு வாழ்க்கையா? அதான் முடிஞ்சி போச்சே! தாலி கட்டுன களவாணிப் பயலத் தலை முழுகிட்டுத்தான் மஞ்சச் சேல உடுத்தினேன். பாவி என்னையும் வாழவுடாம, அவனும் வாழாம இருந்தான். ஆனா, நான் அவன் சகவாசம் வேணாம்னு வந்திட்டேன். இப்பதான் மனுசன் வாடை இல்லாம சாமிய நெனைச்சிக்கிட்டு நல்லா இருக்கேன்!”

அவளின் வார்த்தைகள் அவரை ஊடுருவி நின்றன. பிள்ளை பெறாதவள். இப்போதும் பிள்ளை பெறக்கூடிய வயதுதான். ஆனால் அவளுக்கு வாழ்க்கையே வெறுத்ததோடு ஆன்மீகமே வாழ்க்கை என்றாகிவிட்டது.

“நீங்கதானே மாமா இந்தக் கல்யாணத்தப் பேசி வைச்சீங்க. அவனோடட பத்து மாசம் வாழ்ந்து பாத்தேன். முடியல்ல. குடிகாரப்பய. குடிச்சே என் வாழ்க்கையக் கெடுத்திட்டான். நல்ல நேரம், அவனால எனக்குப் புள்ள பொறக்கல. இப்ப நா சந்தோசமா இருக்கேன்...”

அவள் அப்படிச் சொன்னதும், அவள் வாழ்க்கையைத் தான் கெடுத்து விட்டோமோ என்ற உணர்வு அவருக்குள் வந்தது.

மிகுந்த கவலையோடு அவளையே பார்த்தார். அவளின் முன்னே ஒரு குற்றவாளி போல் இருக்கிற மாதிரியான உணர்வு அவருக்கு. அவரின் பேச்சை நம்பித்தான் அவளையே கொடுத்தார்கள்.

"கண்ணாலத்துக்குப் பொறவு அந்தப் பய நல்லா வருவான்னு நம்பித்தான் உன்னக் கட்டி வைச்சேன். அவன் அப்பனையும் நம்பினேன். ஆனா அந்தப்பய இப்புடிப் பண்ணிட்டானே! என்னாலதான் உன் வாழ்க்க இப்புடி ஆயிப்போச்சி" என்று வருந்திப் பேசினார் அவர்.

உள்ளேயிருந்து சிறிய சொம்பில் மோரைக் கொண்டு வந்து கொடுத்த முத்துராஜாவின் மனைவி, "உள்ள வேலயா இருந்தேன். ஆமா, நல்லா இருக்கியா?" என்று கேட்டுவிட்டு உள்ளே போனாள்.

மோரைக் குடித்த சாமியாடி அம்மா, "ஏன் தலையெழுத்து, ஏன் வாழ்க்க இப்படி ஆனதுக்கு நீங்க என்னா செய்ய முடியும்? எனக்கு இதுதான்னு படைச்சவன் எழுதிட்டான்" என்றாள்.

முத்துராஜா, 'எவ்வளவு பெரிய துன்பத்தைச் சர்வ சாதாரணமாக இவள் எடுத்துக் கொண்டுவிட்டாள்' என்று அவளையே கவலையோடு பார்த்தார்.

"சரி மாமா... மழை விட்டுருச்சி..." என்று அவள் வெளியே இறங்கி நடந்தாள். அவள் போனதும் முத்துராஜா 'இவளின் வாழ்க்கை இப்படி ஆனதற்கு நானே காரணமாகி விட்டேனே!' என்று நினைத்தவாறு திண்ணைச் சுவரில் சாய்ந்து கண்களை மூடினார்.

அந்தி சாயும் நேரம். வெளிச்சம் பின்வாங்கிக் கொண்டிருந்தது. வீட்டில் மின்விளக்கு ஏற்றியாகிவிட்டது. முத்துராஜா முற்றத்தில் கயிற்றுக் கட்டிலில் உட்கார்ந்திருந்தார். செந்தில் டியூசனுக்குப் போய்த் திரும்புகிற நேரம். மனைவி பூசையறையில் சாமி பாட்டைப் பாடிக்கொண்டிருந்தாள். அது அவளின் வழக்கம். முத்துராஜா காலையில் எழுந்து குளித்துச் சாமி கும்பிடுவதோடு அன்றைய 'கடவுள் வணக்கம்' முடிந்துவிடும்.

ஏதோ ஒரு யோசனையில் இருந்த முத்துராஜா, செந்திலின் ஆட்டுக்குட்டியைக் கண்களால் தேடினார். எங்கும் தெரியவில்லை. கட்டிலைவிட்டு மெல்ல எழுந்து ஆட்டை

இரவில் அடைத்து வைக்கிற இடத்தின் கதவைத் திறந்து பார்த்தார். அங்கும் இல்லை. வெளியே போயிருக்காது என்ற எண்ணத்தோடு தேடியபோது, தண்ணீர்த் தொட்டியருகே ஆடு படுத்துக் கிடந்ததைக் கண்டார் அவர். ஆட்டின் அருகே கழிச்சல் கிடந்தது. வழக்கமான புழுக்கைகள் இல்லை. அப்படியானால், அதற்கு நோய் வந்திருக்கிறது. செந்தில் பார்த்தால் துடித்துப் போய்விடுவானே!

செந்தில் வருவதற்குள் திருவெள்ளறை மாட்டு டாக்டரிடம் போக வேண்டும் என்று முடிவு கட்டினார். யாரிடம் டூ வீலர் இருக்கிறது என மனதுக்குள் ஒரு பட்டியல் போட்டார். வாத்தியார் தம்பியிடம் வண்டி இருக்கிறது. கேட்டால் வந்துவிடுவார். துண்டை உதறித் தோளில் போட்டுக்கொண்டு செருப்புக் காலோடு வாத்தியார் வீட்டிற்குப் புறப்பட்டார் அவர்.

வாத்தியார் தம்பி வீட்டில் இல்லை. இனி யாரிடம் போகலாம் என்று யோசித்துக்கொண்டே போனபோது, சிறுகுடி லத்தீப் மகன் வண்டியில் வந்தான். கையைக் காட்டி வண்டியை நிறுத்தினார் அவர்.

"ஆட்டுக்குட்டிக்குச் சொகமில்ல. அவசரமா திருவெள்ளறைக்குப் போவணும்! உன் வண்டியில் போவலாமா?"

முத்துராஜா, அப்பாவின் கூட்டாளி. மறுக்கவில்லை அவன்... "போவலாமா மாமா..." என்ற அவன், "வண்டியில ஏறுங்க..." என்று சொல்லிவிட்டு, அவர் ஏறியதும் அவரை ஏற்றிக்கொண்டு முத்துராஜா வீட்டிற்குப் போனான். வீட்டில் செந்தில் அழுதவாறு நின்றான். அவரைப் பார்த்ததும், "தாத்தா, ஆட்டுக்கு என்ன ஆச்சி?" என்று கேட்டான்.

"ஒன்னுமில்ல. ஒரு ஊசி போட்டாச் சரியாப் போயிடும்."

"ஊசியா, மணிக்கா? நானும் வருவேன்!"

"மூணு பேரு வண்டியில போவ முடியாது. நீ வூட்டுல இரு. நா மணியத் தூக்கிட்டுப் போயி டாக்டருகிட்டக் காட்டி ஊசி போட்டுட்டு வர்றேன்!"

ஒரு பழைய கோணிச்சாக்கை எடுத்து, அதில் ஆட்டுக் குட்டியை வைத்துக்கொண்டு வண்டியில் ஏறப் போனார் முத்துராஜா. அப்போது அங்கு வந்த செந்தில், "தாத்தா, மணிக்கு

விபூதி பூசுறேன். அதுக்குச் சொகமாகணும்னு ஐயனாருகிட்டக் கேக்கிறேன்" என்று சொல்லிவிட்டு, ஆட்டுக்குட்டி நெற்றியில் விபூதி பூசினான்.

டூ வீலர் புறப்பட்டது. செந்தில் கண் கலங்கியவாறு நின்றான். அதைக் கவனித்த முத்துராஜாவின் எண்ணங்கள் சுழன்றன... 'ஆட்டுக்குட்டி சொகமாகணும்னு ஐயனாருகிட்ட வேண்டுறானே! அந்த ஐயனாருக்கே இந்த ஆடு ஒருநாள் படையலாகப் போகிறது என்பது செந்திலுக்குத் தெரியுமா?'

*

ஐயனார் கோயிலுக்கு நேரே பாதையைத் தாண்டி இடது புறமாய்க் குளியலில் நனைந்த தலைமுடியை விரித்துக் காய வைக்கிற ஒரு பெண்ணாய்க் கிளை பரப்பி நிற்கிற வேப்ப மரத்தடியில் பொங்கல் பானைகள் கற்களில் உட்கார்ந்திருந்தன. அந்தப் பானைகளைச் சூடாக்கிய அடுப்புகளிலிருந்து கிளம்பிய மெல்லிய கரிய புகை வேப்ப மர இலைகளைத் தடவிவிட்டு மேலே போய்க் கொண்டிருந்தது.

கொளுத்துகிற வெயிலையும் பொருட்படுத்தாமல் குத்துகிற முட்களையும் கவனிக்காமல் வாண்டுகள் ஓடி, விளையாடிக் கொண்டிருந்தன. சில வாண்டுகள் ஐயனார் குட்டையில் குளித்தவாறு விளையாடின. சித்திரை வெயிலிலும் குட்டையில் தண்ணீர் இருந்தது. போன வாரம் பெய்த மழையால் குட்டை நிரம்பியிருந்தது. வயதான பெரியவர்கள் வெயிலுக்கு அஞ்சி வேப்ப மர நிழலில் தஞ்சமாயிருந்தார்கள். அந்த வேப்ப மரத்தடியில் வேலி ஓரமாகக் கட்டப்பட்டிருந்த கருப்பு நிறக் கிடா ஆடு, இலைகளைத் தின்று கொண்டிருந்தது. மரண தண்டனைக் கைதிக்குத் தண்டனை எப்போது என்று தெரியும். ஆனால், இந்த ஆடோ அதன் வாழ்க்கை நிமிடங்கள் குறைவது தெரியாமல் இலைகளைத் தின்பதில் ஆர்வமாய் இருந்தது.

கோயிலின் உள்ளே ஐயனாரும், அவரோடு இடது, வலது பக்கங்களில் இருக்கிற சப்த கன்னியர்களும், காத்தவராயன், பனையாச்சியம்மன், தொட்டிச்சியம்மன் ஆகியோரும் குளித்து அலங்காரத்திற்குக் காத்திருந்தார்கள். இனி,

அவர்களுக்கு வேட்டி, துண்டு, பாவாடை, சேலை, பூமாலை என்பன சாத்த வேண்டும். கால் சற்று ஊனமான பூசாரி காலை இழுத்து, இழுத்து நடந்து எல்லா வேலைகளையும் செய்து கொண்டிருந்தார்.

கோயிலில் திறந்தவெளி மூலஸ்தானத்தில் இருக்கிற ஐயனாருக்குக் கால்கள் இல்லை. இடுப்பு வரை உள்ள உருவம்தான் சிலையாய் இருக்கிறது. பல ஆண்டுகளுக்கு முன் வீரப்பாபிள்ளை பூசாரியாய் இருந்தபோது ஆள் உயர ஐயனார் சிலையைச் செதுக்கிக் கொண்டு வந்தார்கள். அதை மாட்டு வண்டியிலிருந்து கீழே இறக்கும்போது, சிலை கீழே விழுந்து சிலையில் கால்கள் இடுப்போடு உடைந்து போயின. அதன் பிறகு வேறு வழியின்றி, இடுப்போடு இருந்த அந்தச் சிலையை மரத்தடியில் நிற்க வைத்துவிட்டார்கள்.

மூன்று தலைமுறையாய் அந்தச் சிலையை வணங்கிப் பூசை செய்து வந்திருந்தாலும், தற்போது அந்தச் சிலை ஊனமாய் இருப்பதால், அது தொடர்ந்து பூசையில் இருப்பதா, அல்லது வேறு சிலையை வைப்பதா என முடிவு காண முடியாத ஒரு சிக்கல் அந்தக் கோயிலில் இருக்கிறது. பூசாரியார் வேறு சிலை வைக்கலாம் என்று சொல்லியும், வேறு சிலை வைக்கிற துணிவு எவருக்கும் வரவில்லை.

திறந்தவெளி மூலஸ்தானத்தில் ஒரு பெரிய குடையை விரித்து வைத்தது போல் பூவையும், காய்ந்த இலைகளையும் அர்ச்சனை செய்வது போல் ஐயனார் மீது உதிர்த்துக் கொண்டு மின்ன மரம் நிற்கிறது. மரத்திற்கு எப்படியும் வயது நூறுக்கு மேலிருக்கலாம். ஐயனாருக்குக் கூரையே அந்த மரம்தான். அந்த மரத்தோடு ஐயனாரை இருக்க வைத்துவிட்டுச் சற்றுத் தள்ளி ஒரு மண்டபம் கட்டப்பட்டிருக்கிறது. மண்டபத்தின் உள்ளே பிள்ளையார், முருகன், குதிரை வாகனம், யானை வாகனம் என்பன இருக்கின்றன. மண்டபத்திற்கு வெளியே ஆகாசக் கருப்பும், ஐயனார் சிலையும் இருக்கின்றன. அவற்றுக்கும் கூரை இல்லை. அவையும் வெயிலில் காய்ந்து மழையில் நனையும்.

கோயிலைச் சுற்றி மதிற்சுவர் கட்டப்பட்டிருக்கிறது. ஐயனாரின் இடது பக்கம் கோயிலுக்குள்ளேயே கிணறு உண்டு. எந்த வெயிலிலும் வற்றாத நீர் அதில் இருக்கும். ஐயனாரைக் குளிப்பாட்டவும், பொங்கல் வைக்கவும் அந்தக் கிணற்று நீரே

பயன்படுகிறது. கிணற்றை ஒட்டி மதிற்சுவரோடு வாழை மரங்கள், மலர்ச்செடிகள் என்பன நடப்பட்டிருந்தன. செடிகளில் பூக்கிற மலர்கள் பூசைக்கும், வாழை மரத்து இலைகள் படையலுக்கும் உதவுகின்றன.

"பொங்கல் பானையைக் கொண்டாங்க" என்று பூசாரி சொன்னதும் ஆங்காங்கே நின்றும், உட்கார்ந்தும் இருந்தவர்கள் கோயிலுக்குள்ளே போகத் தொடங்கினார்கள். இரண்டு பெண்கள் ஆளுக்கொரு பானையைத் தூக்க முடியாமல் தூக்கிக் கொண்டு வந்து பூசாரி சொன்ன இடத்தில் வைத்தார்கள்.

பூசாரி திருநீற்றை அள்ளித் தண்ணீரில் லேசாக நனைத்து அந்த இரண்டு பானைகளில் இரண்டு பக்கங்களிலும் பூசினார். நெற்றியில் மூன்று விபூதிக் கோடுகள் இடுவது போல் அந்தப் பானைகளிலும் திருநீற்றுக் கோடுகள் இடப்பட்டன. பிறகு பானைகளின் மூடிகளைத் திறந்தார். ஒரு பானையில் வெள்ளைப் பொங்கல். மற்றொரு பானையில் சர்க்கரைப் பொங்கல். அந்த இரு பானைகளிலிருந்தும் முதலில் பொங்கலைக் கரண்டியால் அள்ளித் தலை வாழை இலையில் வைத்து அந்த இலையை விநாயகர் முன்னே வைத்தார். பிறகு ஐயனாருக்குப் பொங்கல் படையல் வைத்தார். பிறகு மற்ற தெய்வங்களுக்கும் பொங்கல் படையல் வைத்தார்.

பூசையைத் தொடங்குவதற்கு முன் ஒருமுறை, எல்லா இலைகளிலும் பொங்கல், தேங்காய், பழம், பாக்கு, வெற்றிலை என்பன வைக்கப்பட்டிருக்கின்றனவா என, பூசாரி தன் கண்களால் சரிபார்த்துக்கொண்டார். பிறகு தூவக்கால் நிறைய தணல் எடுத்துவந்து அதில் சாம்பிராணியைத் தூவினார், புகை கிளம்பியது.

"பூச போடலாமா?" பூசாரியார் முத்துராஜாவின் தம்பியிடம் கேட்டார்.

"கொஞ்சம் பொறுங்க பூசாரி... பெரியப்பா வரட்டும்" என்றார் முத்துராஜாவின் தம்பி. அவரது பேரனுக்குத்தான் முடியெடுத்துக் கிடா வெட்டப் போகிறார் அவர். அவரது உறவுகள் கோயிலில் கூடியிருந்தன. ஊரில் பெரிய புள்ளி. பஞ்சாயத்துத் தலைவர். அரிவாள் போல் வளைந்த மீசை, அகன்ற விழிகள், நீண்ட மூக்கு, தொப்பை வயிறு, கதர்ச்சட்டை என்பன அவரைப் பார்க்கிறவர்களை மிரட்டவே செய்யும்.

அவருக்குப் பெரியப்பாதான் எல்லாமே. பெரியப்பாவுக்குத் தொண்ணூறு வயது இருக்கும். இந்த வயதிலும் அவரால் தனியே இயங்க முடிகிறது, நடக்க முடிகிறது, காது தெளிவாகக் கேட்கிறது. அவர்தான் முத்துராஜாவின் தம்பியை மனிதனாக்கியவர். அவர் இல்லாமல் எதனையும் செய்யவோ, தொடங்கவோ மாட்டார்.

முத்துராஜா தன் பக்கத்தில் செந்திலைக் காணாததால், இருந்த இடத்திலிருந்து கொண்டு கண்களால் தேடிப் பார்த்தார். அவன் அங்கு காணவில்லை. பிறகு அவர் கோயிலுக்கு வெளியே வந்து தேடிப் பார்த்தார். செந்திலைக் காணவில்லை.

'எங்க போனான் செந்தில்?' என்ற கேள்வி அவருக்குள் எழுந்து குடைந்தது. அப்போது செந்திலோடு படிக்கிற ஒருவன் அவரருகே வந்து, "தாத்தா... செந்தி... அழுதுகிட்டே ஐயனாரு குட்டப்பக்கம் குந்தியிருக்கான்..." என்றான்.

அவர் வேகமாக ஐயனார் குட்டைப்பக்கம் நடந்தார். அங்கே குட்டை அருகே சிறிய கற்பாறையில் உட்கார்ந்து கொண்டு அழுது கொண்டிருந்தான். அவனுக்கு ஆட்டுக்குட்டியைக் கோயிலுக்குக் கொண்டுவர வேண்டாம் என்று தாத்தா சொன்னதில் வருத்தமாகிவிட்டது.

முத்துராஜாவும் செந்திலும் கோயிலுக்குப் புறப்பட்டபோது ஆட்டுக்குட்டி, 'தானும் வருவேன்' என்பது போல் கத்திக் கொண்டே இருந்தது. செந்தில் முரண்டு பிடித்தான்... "அது வரலேன்னா நானும் வரமாட்டேன் கோயிலுக்கு..."

"டேய்! செந்தி... போன வாரம்தான் அதுக்கு ஊசி போட்டிருக்கு. அதக் கூட்டிகிட்டுப் போவக்கூடாது. மறுபடி இந்த வெயில்ல அலைஞ்சு ஏதாவது வந்தா ஆடு தாங்காது!"

முத்துராஜாவின் வார்த்தைகளில் இருந்த எச்சரிக்கை செந்திலின் பிடிவாதத்தைக் கரைத்தது.

"இன்னொரு ஊசி வேணாம் தாத்தா..." என்ற செந்தில், அவரோடு கோயிலுக்குப் புறப்பட்டு வந்தான். கோயிலில் அவனுக்காக இன்னொரு உலகம் காத்திருந்தது. அவனோடு படிக்கிறவர்களில் சிலர் 'றெக்கை' கட்டிக் கொண்டவர்கள் போல் கோயிலில் அங்கும் இங்கும் ஓடினார்கள். செந்திலும் அவர்களோடு சேர்ந்து ஓடித் திரிந்தான். திடீரென்று ஆட்டுக்குட்டியின் நினைவு வரவே, அழத் தொடங்கினான்.

"செந்தி!" என்றவாறு முத்துராஜா அவன் தோளைத் தொட்டார்.

"என்னடா இங்க ஒக்காந்து அழுவுற?"

"மணி ஞாபகம் வந்திருச்சு தாத்தா."

"மணி பத்திரமா ரூம்ல இருக்கு. கவலப்படாத... சாமி கும்புடுவோம் வா" என்று அழைத்தார்.

கண்களைத் துடைத்த செந்தில், "வர்றேன் தாத்தா... ஐயனாருக்கிட்ட மணிக்காக வேண்டுறேன்" என்றான். அதைக் கேட்ட முத்துராஜா நெஞ்சு படபடத்தது. 'ஐயனாரை எல்லாவற்றுக்கும் நம்புறானே செந்தில். அந்த ஐயனாருக்கு ஒரு நா படையலாகப் போகிறது என்பது அவனுக்குத் தெரியாதா? ஒரு ஆட்டின்மீது அளப்பரிய அன்பு வைத்திருப்பவனிடம் அந்த ஆடே ஐயனாருக்குப் பலி ஆடு என்பதை எப்படிச் சொல்வது?'

இரண்டு பேர் வலது, இடது பக்கமாய்த் துணைக்கு வர முத்துராஜாவின் பெரியப்பா கோயிலுக்கு வந்தார். செந்தில் முத்துராஜாவோடு கோயிலுக்குள் நின்றான். பூசாரியிடம் 'பூசை போடலாம்' என்று சொன்னதுமே பூசாரி நெற்றியில் திருநீற்றைப் பட்டை போல் பூசிவிட்டுக் கை மணியை அடிக்கத் தொடங்கினார்.

மறுகணமே மண்டபத்தின் மூலையில் மேலே தொங்கவிடப்பட்டிருந்த பெரிய மணியை எவரோ அடிக்க, அதன் சத்தம் யாவரின் காதிலும் மோதியது. தாத்தா பூசையில் மெய்மறந்து இருப்பதைப் பார்த்தான் செந்தில். பிறகு மெள்ளமாய்க் கோயிலைவிட்டு வெளியே வந்தான். அவனோடு ராசையாவும் வெளியே வந்தான். செந்தில் விளையாடவே வெளியே வந்தான் என நினைத்தான் அவன். ஆனால், செந்தில் வீட்டில் இருக்கிற ஆட்டுக்குட்டியை நினைத்துக்கொண்டே வெளியே வந்தான் என்பது அவனுக்குத் தெரியாது.

வெளியே மிகச்சிலரே நின்றார்கள். செந்தில் மெதுவாக ராசையாவிடம் கேட்டான்... "வூட்டுக்குப் போயிட்டு வருவமா?"

ராசையா 'ம்' என்று தலையாட்ட, இருவரும் வேகமாக ஓடினார்கள். பத்தே நிமிடத்தில் வீட்டில் இருந்தார்கள். வீட்டின் முன் கதவு சாத்தப்பட்டுப் பூட்டி இருந்தது.

"வூடு பூட்டி இருக்குடா செந்தீ..." என்றான் ராசையா.

செந்தில் எதுவும் பேசவில்லை. பிறகு கதவருகே இருந்த மாடத்தில் மறைத்து வைத்திருந்த சாவியை எடுத்துக் கதவுப் பூட்டை திறந்தான். பிறகு கதவைத் திறந்து கொண்டு உள்ளே போனான். அவனோடு ராசையாவும் போனான்.

"எங்கடா ஆடு?"

"கோழி ரூம்ல அடைச்சிருக்குடா..."

இருவரும் கோழி அறைக்குள் வந்தார்கள். ஒரு காலத்தில் கோழிகள் அடைத்து வைத்திருந்த அறை, காலப்போக்கில் கோழிகள் இல்லாமல் போயும், பெயர் மட்டும் இன்னமும் இருக்கிறது.

கதவு ஓட்டை வழியே இருவரும் பார்த்தார்கள். ஆடு உள்ளே நின்று கொண்டிருந்தது. செந்தில் குரல் கொடுத்தான். அவன் குரலைக் கேட்டதும் ஆடு கத்தத் தொடங்கியது. "மே... மே... மே..."

"கதவத் தொறப்பமா?" செந்தில் கேட்டான்.

ராசையா பயந்து போய்ச் சொன்னான். "டேய்! இது ஐயனாருட்டு ஆடு... திரும்ப அடைக்க முடியுமா?"

"ஆட்டுக்குச் சொகமில்ல... அடைச்சிரலாம். ஆனா, கதவ மட்டும் தொறந்து பாத்திட்டுப் போயிடுவோம்!" என்றான் செந்தில்.

ராசையா 'சரி'யென்று சொல்ல, செந்தில் மெதுவாய்க் கதவைத் திறந்தான். அவ்வளவுதான். அணை உடைந்த வெள்ளம் போல் ஆடு துள்ளிக்கொண்டு வந்து ராசையாவை முட்டிவிட்டு ஓடியது. அதன் வேகம் செந்திலுக்குப் பயத்தைக் கொடுத்தது.

"டேய்! ஆட்டப் புடிடா..." என்று கத்தினான் செந்தில்.

"நா மொதல்லயே சொன்னேன். ஐயனாருட்டு ஆடு! வேகமாகப் பாயும்... எப்புடிப் புடிக்கிறது?"

"எப்படியோ புடிக்கணும் புடிடா..."

இருவரும் ஆட்டைப் பிடிக்க முயன்றார்கள். அது ஓடிக்கொண்டே இருந்தது. செந்தில் ஓடிப்போய் வீட்டு வாசல்

கதவை மூடினான். ஆடு வேறு வழியில்லாமல் வீட்டுக்குள்ளேயே ஓடியது. அது ஓடுகிற ஓட்டத்தைப் பார்த்துவிட்டு, “டேய்! செந்தி... இதுக்கா சொகமில்ல... நா மொதல்லயே சொன்னேன் இது ஐயனாருட்டு ஆடு!” என்றான்.

நீண்ட போராட்டத்திற்குப் பிறகு செந்தில் ஆட்டைப் பிடித்து கையால் இழுத்துக் கொண்டுபோய் கோழி அறையில் அதை அடைத்தபோது, அவனுக்கு மேல்மூச்சு வாங்கியது. வியர்த்தது. ராசையா ஓடியதில் களைத்துப் போய் வாசலில் உட்கார்ந்துவிட்டான்.

செந்தில் வீட்டைவிட்டு வெளியே வந்தபோது ராசையாவும் வெளியே வந்துவிட்டுச் சொன்னான்... “செந்தி! உன் ஆடு மொரட்டுக் கெடாடா! புடிச்சி அடக்க நாலு பேரு வேணும்டா.”

செந்தில் பதில் பேசாது புன்னகைத்துக்கொண்டே வாசல் கதவை மூடினான். பிறகு ராசையாவைப் பார்த்துச் சொன்னான்... “டேய்! ராசையா... சாவி வைச்சிருக்கிற எடத்த யாருகிட்டயும் சொல்லாதடா.”

“சொல்ல மாட்டேன். எங்க வூட்டுல வூட்டுச்சாவி கூரை மேல இருக்கும்” என்றான் ராசையா. சாவியை மாடத்தில் வைத்துவிட்டுச் செந்தில் “நேரமாச்சி... தாத்தா தேடுவாரு... வா ஓடுவோம்!” என்று சொல்லிவிட்டு ஓடினான். அவன் பின்னே ராசையாவும் ஓடினான்.

கோயிலில் பூசை முடிந்து பூசாரி திருநீறு கொடுத்துக் கொண்டிருந்தார். செந்தில் கோயில் கூட்டத்தில் புகுந்து திருநீறு வாங்கிப் பூசிக்கொண்டான். பிறகு தாத்தாவின் அருகில் போய் நின்றான். முத்துராஜாவுக்குச் செந்தில் வெளியே போய் வந்தது தெரியாது. அவர் பூசாரி கொடுத்த திருநீறை வாங்கி நெற்றியில் அழுத்திப் பட்டைகளாகப் போட்டிருந்தார். அவருக்குப் பட்டை போடுவது பிடித்தமானது. அதற்கேற்றாற்போல் அவருக்கு அகலமான நெற்றி. திருநீற்றுப் பட்டையோடு அவர் நெற்றியைப் பார்த்தால் வெள்ளைத்துணியை வெட்டி ஒட்டியது போல் இருக்கும்.

திருநீறு, சந்தனம், குங்குமம், தீர்த்தம் என்பன கொடுத்து முடிந்ததும், பூசாரி உபயகாரருக்குத் தேங்காய் மூடி, திருநீறு பிரசாதம் கொடுத்தார். பிறகு, மரத்தடியில் இருக்கிற ஐயனார்

வெளியே தெரியாமல் இருக்க வாசலில் திரை போல் ஒரு பெரிய வேட்டியைத் தொங்கவிட்டார். அதைப் பார்த்த செந்தில், "தாத்தா! ஏன் ஐயனாரை மறைச்சி வேட்டி கட்டுறாங்க?" என்று கேட்டான்.

செந்திலின் கேள்விக்கான பதிலைச் சொல்லத் தயக்கமாக இருந்தபோதும், முத்துராஜா வேறு வழியின்றி பதில் சொன்னார்... "ஐயனாருக்குப் பொங்க வைச்சிப் பூச போட்டாச்சி. இனிக் கெடா வெட்டுப் பூசை. கெடா வெட்டு ஐயனாருக்குன்னு சொன்னாலும், அது ஐயனாருக்கு இல்ல. ஆகாசக் கருப்புக்கு. அதனால ஐயனாரை மறைப்பாங்க. ஆனா, ஐயனாருக்குக் கெடா வெட்டுன்னுதான் சொல்வாங்க..."

செந்தில் கிடா வெட்டைப் பார்க்க ஆசைப்பட்டான். அவன் இதுவரை கிடா வெட்டைப் பார்த்ததே இல்லை.

"கெடா வெட்டுனா என்னா தாத்தா?"

செந்திலின் அந்தக் கேள்வி முத்துராஜாவின் நெஞ்சில் அதிர்வலைகளை உண்டாக்கியது. 'இது சிக்கலான கேள்வி. என்ன பதில் சொல்வது? இதற்குப் பதில் சொல்லப்போய்ப் பல முடிச்சுகளை அவிழ்க்க வேண்டி வரும்."

நேரடியாகப் பதில் சொல்லாமல் நழுவி, "இதெல்லாம் சொல்லிப் புரியாது. நீயே கொஞ்ச நேரத்தில நேருக்கு நேர் பார்க்கப்போற..." என்றார்.

செந்தில் அதற்குப் பிறகு எதுவும் கேட்கவில்லை. ஆனால், முத்துராஜா 'கிடா வெட்டைப் பார்த்த பிறகு செந்தில் இன்னும் என்னென்ன கேள்விகள் கேட்பானோ? அவற்றுக்கெல்லாம் என்ன பதில் சொல்வது?' என யோசிக்கத் தொடங்கினார்.

*

வானத்தில் இருக்க வேண்டிய சூரியன் நிலத்தில் விழுந்து கிடப்பதைப் போன்று வெப்பம் எங்கும் பரவியிருந்தது. காற்றுச் சூடாகி அது நெருப்புக் காற்றாய் வீசியது. வெப்பத்தைத் தாங்க முடியாத வயதானவர்கள் பலர் வேப்ப மர நிழலில் தஞ்சமாயிருந்தார்கள். பெருங்கூட்டம் கோயிலுக்குள் முடங்கிக் கிடந்தது. வெயிலையும், வெப்பத்தையும் பொருட்படுத்தாத ஒரு கூட்டம் கோயில் வாசலில் கிடா வெட்டைப் பார்க்கக் கூடி நின்றது.

தண்ணீர் நிரம்பிய சிறு கிண்ணத்துடன் கோயில் பூசாரி கோயிலைவிட்டு வெளியே வந்தார். அவரோடு ஒரு வயதான மனிதர் வெட்டுக் கத்தியோடு வந்தார். முரட்டுக் கத்தி. நூற்றுக்கணக்கான ஆடுகளை வெட்டிய கத்தி. அது இன்று சந்தனப் பொட்டு வைக்கப்பட்டு மின்னியது. ஆட்டுக்கிடா 'மே' எனக் கத்திக் கொண்டு நின்றது. அது ஓடிவிடாமல் இருக்க அதன் கழுத்தில் கயிறு கட்டி ஒருவன் அதனைப் பிடித்துக் கொண்டு நின்றான். ஆட்டின் கழுத்தில் சிறிய மாலை போடப்பட்டிருந்தது.

ஆட்டுக்கிடாவைச் சுற்றி வாண்டுகள் வட்டமாக நின்றார்கள். ஆட்டுக்கிடா கோயில் நேர்த்திக்காக வளர்த்தது. அதன் தேகம் கொழுத்து இருந்தது. தேகம் முழுவதும் வேறு எந்த நிறமும் அணுவளவும் படாது, தனித்த கறுத்த நிறமே படர்ந்திருந்தது. கருப்பு நிறக் கிடாவையே இந்தக் கோயிலில் பலியிடுவார்கள்.

வாண்டுகள் பேசிய வார்த்தைகள் கூச்சலாய் எழுந்தன. ஆடு திமிறிக் கொண்டிருந்தது.

"மொரட்டுக் கெடா..."

"டேய்! அது ஐயனாரு கெடா..."

"பாரு! மாப்பிள மாதிரி கழுத்தில மால போட்டுக்கிட்டு நிக்குது" வாண்டுகளின் சத்தம் கிடாவைத் திமிற வைத்தது. கிடாவைக் கயிற்றோடு பிடித்துக் கொண்டிருந்தவர், "டேய்! சத்தம் போடாம இருக்க மாட்டீங்களா?" என்று உரத்துக் கத்தினார். பூசாரியார் கண்களை மூடியது போல் நின்றார்.

"தண்ணி தெளிங்க பூசாரியாரே!" ஒரு குரல் கூட்டத்தில் இருந்து ஒலித்தது. அதனைத் தடுத்தது இன்னொரு குரல்... "யார்ரா அது அவசரக் குடுக்க?"

'தண்ணி தெளிக்கத்தான் வந்திருக்கேன்' என்பது போல் பூசாரியார் பார்த்துக் கொண்டிருந்தார்.

செந்தில் தாத்தாவோடு நின்று எல்லாவற்றையும் உன்னிப்பாகப் பார்த்தான். தாத்தா முகத்தில் உற்சாகம் இல்லை. செந்திலோடு கிடா வெட்டைச் சேர்ந்து பார்க்காமல் இருக்கவே அவர் நினைத்தார். ஆனால், செந்தில் 'நீயும் வா தாத்தா' என்று அவரை இழுத்து விட்டான். அவர் முகத்தில் உற்சாகமே இல்லை. அவர் மனசு எண்ண வலைகளைப் பின்னிப் பின்னி அவரைப் பயமுறுத்தியது. 'கிடா வெட்டைப் பார்த்தால் செந்தில் என்ன நினைப்பானோ? என்னென்ன கேட்பானோ?'

பூசாரியார், "அகிலத்தப் படைச்ச ஆகாசக் கருப்பே! உனக்குப் படையலாக்குறோம் இந்தக் கெடாவ" என்று சொல்லிக் கொண்டிருந்தபோது கிடா திடீரென்று திமிறிக் கயிற்றை இழுத்துக்கொண்டு வேகமாக ஓடியது. பூசாரியார் அதற்கு மேல் எதுவும் சொல்லாமல் நிறுத்தினார். கூடியிருந்தவர்கள் அதிர்ந்து போய்விட்டார்கள்.

"கெடா ஓடுதுரா..." என்றவாறு வாண்டுகள் அந்தக் கிடாவைத் துரத்திக் கொண்டு ஓடினார்கள்.

கிடா ஓடிவிட்டது என்ற செய்தி கோயிலுக்குள் பரவியது. 'ஏதோ சாமி குத்தம் இருக்குது போல' என்று சில பெரிசுகள் முணுமுணுத்துக்கொண்டன. 'கறி விருந்து' சாப்பிட வந்த சிலபேர் இனிமே கிடாவை வெட்டிச் சமைத்துச் சாப்பிட மணி நாலுக்கு மேலாகும் என்று நொந்தார்கள் தங்களுக்குள். முத்துராஜாவின் தம்பி, கவலை முகத்தில் படர, தன்னருகே நின்ற பலரையும் விரட்டினார். "எப்படியாவது கெடாவப் புடிச்சிட்டு வாங்க..."

பூசாரியார் எவ்விதப் பரபரப்பும் இன்றிப் பேசினார். "கெடா வராம எங்க போவும்? ஐயனாரு, கெடாவக் கொண்ணாந்திருவாரு!"

பூசாரியாரின் சொற்கள் முத்துராஜாவின் தம்பிக்கு ஒரு நம்பிக்கையைக் கொடுத்தாலும், மனதுக்குள் மெல்லிசாய் ஒரு வலி ஓடியது. 'இவ்வளவு சிறப்பாகப் பூசை செய்தபோதும், கெடா கடைசி நேரத்தில் ஓடிவிட்டதே! இதனால் பூசையில் குற்றம் வந்துவிடுமோ!' என்ற நினைப்போடு பூசாரியாரைப் பார்த்தார் அவர். அவரது உணர்வுகளைப் புரிந்து கொண்ட பூசாரியார், "கெடாவ வெட்டுற நேரத்திலதான் வெட்ட முடியும்! ஐயனாருக்குத் தெரியும் எப்பக் கெடாவ வெட்டணும்னு... கெடா வந்திரும்... பேசாம இருங்க" என்றார். பிறகு அவர் பூசாரியாரின் வார்த்தைகளில் நம்பிக்கை பெற்றுக் கோயில் ராஜகோபுரத்தைப் பார்த்து இரு கைகளைத் தலையில் குவித்துக் கும்பிட்டார்.

அப்போது ஒரு பாட்டு ஒலித்தது. பாடியது பொன்னம்மா. வேப்ப மர நிழலில் உட்கார்ந்து கொண்டு வேப்பமரத்தைப் பார்த்தவாறு பாடினாள்...

"ஊனுக்கு ஆசப்பட்டுக் காவு குடுக்கிறான் - மனுசன்
தேனுக்கு ஆசப்பட்டுப் பூச்சி கொல்லுறான்
ஊனக் கொடுத்தாலும் உசுரக் கொடுத்தாலும்
ஞானக் கடவுளை ஏமாத்த முடியுமா?
போன உசுரு திரும்பி வருமா?
போட்ட கணக்கு மாறிப் போகுமா?"

அந்தப் பாடலைக் கேட்டதும் முத்துராஜாவின் தம்பிக்குக் கோபம் வந்தது.

"அந்தப் பாட்டுக்காரக் கெழவிய அடிச்சி வெரட்டுங்கடா... கெடா ஓடிப் போயிருக்கு... இவ என்னா பாட்டுப்பாடுறா?"

பாட்டுக்காரப் பொன்னம்மாவுக்கு அடி விழப்போவது உறுதி என உணர்ந்த முத்துராஜா தம்பியிடம், "நா அந்தக் கெழவியப் பாத்துக்கிறேன். நீ கெடாவப் புடிச்சிக் கொண்டாரப் பாரு" என்று சொல்லி வேப்பமரத்தடிக்குப் போனார். அவரைக் கண்டதும் எழுந்து நின்றாள் பொன்னம்மா.

"எங்க வந்து என்ன பாட்டுப் பாடுற? ஏன் தம்பி கோவக்காரன். கெடா ஓடிப்போன கோபத்தில இருக்கான்!"

மாத்தளை சோமு | 57

"சாமி... நா பாடணும்னு நெனைக்கல்ல... தானாப் பாட்டு வந்திருச்சி!" என்றாள் பொன்னம்மா.

"அப்படின்னா கோயிலவுட்டுப் போயிரு. இன்னைக்கு மொட்ட போடுறது என் தம்பிவுட்டுப் பேரன். எனக்கும் பேரன்தான். வேற ஏதாவது பாடுன... ஏன் தம்பி சும்மா இருக்க மாட்டான்."

பொன்னம்மா யோசித்தாள். 'பாட்டு தானா வருது. தடுக்க முடியல. தப்பித் தவறி அடுத்த பாட்டு வந்தாப் பிரச்சனைதான்.'

"சரி சாமி, நீங்க சொல்லிட்டீங்க. நா வர்றேன்" என்ற பொன்னம்மா நடக்கத் தொடங்கினாள்.

அப்போது முத்துராஜா தன் தம்பி காதிலும் விழட்டும் என்பது போல், "கோயிலுக்கு வந்தியா, சாமி கும்பிட்டியா, கறிச்சோறு சாப்பிட்டமான்னு இருக்காம ஏன் பாடுற?" என்று சற்று உரத்துப் பேசினார்.

பொன்னம்மாவைப் பயமுறுத்த வந்தவர்கள் பின்வாங்கிச் சென்றார்கள். தம்பி அருகே வந்த முத்துராஜா, "கெடா கெடச்சிரும். எதயும் மனசில வச்சிக்காதே" என்றார்.

அப்போது அங்கே வந்த தம்பிச்செட்டி, "கெடாவக் காய் அடிக்க வைச்சதே நான்தான். காய் அடிச்சும் இப்புடி ஓடுதுன்னா, காயடிக்காம இருந்தா எப்புடி ஓடுமோ?" என்றான்.

அவன் பேச்சை எவரும் ரசிக்கவில்லை. அவனை முத்துராஜாவுக்கும், அவர் தம்பிக்கும் முழுமையாகத் தெரியும். அவன் பெயர் வேறு. செட்டி என்பது சாதிப் பெயரும் அன்று. எதைப் பற்றிப் பேசினாலும் வட்டிக்கணக்குப் போட்டுப் பேசுவதாலும், எல்லோரையும் தம்பி, தம்பி என்று சொல்வதாலும் 'தம்பிச்செட்டி' என்ற பெயர் வந்துவிட்டது. கிராமத்தில்கூட சொந்தப்பெயரை விடுத்துத் 'தம்பிச்செட்டி' என்றே அழைத்தார்கள்.

தம்பிச்செட்டிதான் முத்துராஜாவின் தம்பிக்குக் கருப்பு நிறத்தில் ஆட்டுக்குட்டியைத் தேடிப் பிடித்துக் கொடுத்தான். அதற்குக் காயடிக்க வைத்ததும் அவன்தான். எவருக்கும் தெரியாமல் தன் வீட்டிலேயே காயடிக்கிற வேலையை ஆள் வைத்துச் செய்து கொடுத்தான். ஆட்டுக்குட்டிக்குக்

காயடிக்கும்போது முத்துராஜாவின் தம்பி சொன்ன வார்த்தைகள் தம்பிச்செட்டிக்கு நினைவுக்கு வந்தன.

"தம்பி, நீ கெடாவுக்கு ஆள் வைச்சுக் காயடிக்கிற. நா சொல்ற சில பேருக்குக் காயடிப்பியா?"

"யாருக்கு?" என்றான் தம்பிச்செட்டி.

"வேற யாருக்கு? நம்ம அரசியல்வாதிகளுக்குத்தான். அவனவன் ரெண்டு, மூணு பொஞ்சாதி வைச்சிருக்கானுக..."

தம்பிச்செட்டி சிரித்தான். "அவங்களுக்கெல்லாம் காயடிக்க நம்மால முடியாது தம்பி."

"ஐயனாரு கெடாவக் கொண்ணாந்திட்டாரு" என்று உரத்துக் குரல் கொடுத்தார் பூசாரியார்.

எல்லோரும் பார்த்தார்கள். கிடாவை இரண்டு பேர் கயிறு கட்டி இழுத்துக் கொண்டு வந்தார்கள். முத்துராஜாவின் தம்பி முகத்தில் மலர்ச்சி நிறைந்தது. கிடாவைப் பூசாரியார் அருகே கொண்டு போய் நிறுத்தினார்கள். பூசாரியார் ஐயனாரை வேண்டிக்கொண்டு கிடா மீது கிண்ணத்தில் இருந்த தண்ணீரைப் பூக்களோடு தெளித்தார். தண்ணீர் தலையிலும், உடலிலும் பட்டதுமே, கிடா தலையை அசைத்துத் தண்ணீரை உதறியது. பூசாரியார் "கெடாவச் சாமி ஏத்திருச்சி" என்றார். இதைப் பார்த்துக் கொண்டிருந்த செந்தில் மெல்லிய குரலில் தாத்தாவிடம் சொன்னான், "நா குளிப்பாட்டத் தண்ணி ஊத்தினாலும் மணி இப்படித்தான் தலையை ஆட்டும்..."

அதற்குப் பதில் சொல்ல விரும்பாத முத்துராஜா, "சரி செந்தி! நீ கோயில் உள்ளார இரு... அடுத்து ஆடு வெட்டப் போறாங்க" என்றார்.

"நானும் அதப் பாக்கிறேனே" என்றான் செந்தில்.

"சின்னப் புள்ளைக எல்லாம் பாக்கக்கூடாது" என்று சொல்லி செந்திலை ஆடு வெட்டுவதைப் பார்க்க விடாமல் தடுக்கப் பார்த்தார். ஆனால் செந்தில் கேட்ட கேள்வி அவரை மௌனமாக்கியது.

"என்ன மாதிரி பசங்க எல்லாம் ஆடு வெட்டுறதப் பாக்க நிக்கிறாங்க. நா பாத்தா என்ன தாத்தா?"

மாத்தளை சோமு | 59

முத்துராஜா அதற்குமேல் அவனைத் தடுக்கவில்லை.

பூசாரியார் கத்தியை வாங்கிப் பக்கத்தில் நின்ற மாணிக்கத்திடம் கொடுத்தார். கிடா வெட்டுவது அவன்தான். அவன் தொழில் வேறு. முடி வெட்டுவதுதான் அவன் தொழில். ஆனால், கிடா வெட்டு என்றால் பூசாரி அவனைத்தான் அழைப்பார். கிடா வெட்டினால் பூசை செய்பவர்கள் காசும், கிடாத்தோலும் கிடைக்கும். கிடாவை வெட்டுவது மட்டுமல்ல, உரிப்பதும் அவன் வேலை. கிடா வெட்டுக்குக் குறிக்கப்பட்ட காசு கிடைக்காது. கொடுப்பதை வாங்கிக்கொள்ள வேண்டும்.

ஒரு தடவை மலேசியாவில் இருந்து ஒரு குடும்பம் வந்தது. அவர்களுக்கு இந்த ஐயனார்தான் குலதெய்வம். அந்தக் குடும்பமே மொட்டை போட்டது. அவர்களுக்கு மொட்டையடித்தது மாணிக்கம்தான். கிடா வெட்டியதும் அவன்தான். வெட்டுக் கூலியாக வெற்றிலை–பாக்கில் நோட்டு வைத்துக் கொடுத்தார்கள். வெற்றிலையை விரித்துப் பார்த்தான். அதற்கு முன் அவன் பார்த்திராத இரண்டு நோட்டுகள் இருந்தன. அவை இந்திய நோட்டில்லை. கொடுத்தது மலேசியக்காரர்கள். அப்படியானால், அது மலேசிய நோட்டு. இரண்டு நோட்டிலும் 10 எனப் போட்டிருந்தது. ஆனால், அதன் இந்தியப் பெறுமதி அவனுக்குத் தெரியவில்லை. மலேசியக்காரர்களைக் கூட்டி வந்த கார் டிரைவரிடம் நோட்டுகளைக் காட்டினான் அவன்.

அந்த நோட்டுகளை வாங்கிப் பார்த்த டிரைவர், "இது மலேசிய ரிங்கிட். இருபது ரிங்கிட். அப்படின்னா இத மாத்தணும். நம்மூருக் காசு இருநூறு கெடைக்கும்" என்றார்.

இருநூறு என்றதும் உச்சி குளிர்ந்த அவன், "இத என்னா செய்யணும்?"

"திருச்சியில இருக்கிற பர்மா பசார்ல மாத்தணும்."

"பர்மா பசாரு எங்க இருக்கு?"

"மலக்கோட்டத் தெப்பக்குளத்த ஒட்டி இருக்கிற பெட்டிக்கடைகதான் பர்மா பசாரு."

மாணிக்கம் இதை எப்படி மாற்றுவது என்று யோசித்தான். அப்போது டிரைவர், "நீ போயி இத மாத்திறது கஷ்டமானது. நோட்டக் கொண்டா, நா காசு தர்றேன்" என்றான்.

மாணிக்கம் நோட்டுகளைக் கொடுத்தான். டிரைவர் இருநூறு ரூபாவைக் கொடுத்தான். மாணிக்கத்திற்கு ரொம்ப சந்தோஷம். 'திருச்சி டவுனுக்குப் போகணும்னாப் பத்து ரூபாவுக்கு மேல் செலவாகும். பர்மா பசாரும் தெரியாது. டிரைவரிடம் கொடுத்தது சரியானதுதான்' என எண்ணிக்கொண்டான். டிரைவருக்கும் சந்தோசம். இந்த இரு நோட்டுகளை பர்மா பசாரில் மாற்றினால் இருபதிலிருந்து நாற்பது வரை அதிகமாகக் கிடைக்கும்.

திமிறிக் கொண்டு நின்ற கிடாவை இரண்டு பேர் பிடித்துக்கொள்ள, மாணிக்கம் ஐயனாரை நினைத்துக் கும்பிட்டுக் கிடாவின் கழுத்தில் வெட்டுக் கத்தியைப் பாய்ச்சினான். ஆடு 'மே' என்று ஓங்கிக் கத்தி அடங்க, அதன் தலை தனியே விழுந்தது. தலையற்ற உடல் சில விநாடிகள் துடியாய்த் துடித்து அடங்கியது. அதனைச் சுற்றி நின்றவர்கள் வைத்த கண் வாங்காமல் பார்த்தார்கள். செந்தில் அந்தக் காட்சியைப் பார்க்கப் பிடிக்காமல் திரும்பித் தாத்தாவின் கால்களை வேட்டியோடு கட்டிப் பிடித்தான். அவனுடைய அழுத்தமான பிடிப்பு முத்துராஜாவை யோசிக்க வைத்தது.

செந்தில் கண்களில் கிடாவின் கண்ணே திரும்பத் திரும்ப வந்தது. அவனால் ஆட்டின் கத்தலையும், உடல் மட்டும் துடித்ததையும் மறக்க முடியவில்லை.

முத்துராஜா மிகுந்த கவலையில் தளர்ந்துபோய் இருந்தார். செந்திலை வைத்துக் கொண்டு கிடா எப்படி வெட்ட முடியும்? இந்தக் கிடா வெட்டுக்கே இப்படித் தவிக்கிறான் என்றால், அவனே பார்த்து வளர்த்த கிடாவை எப்படி வெட்ட விடுவானோ?

"கெடாவுட்டுத் தோல உரிக்கிறாங்க" என்று ஒரு பையன் சத்தம் போட, எல்லாப் பிள்ளைகளும் அவன் பின்னே ஓடினர். தாத்தாவின் வேட்டியைக் கட்டிப் பிடிப்பதை நிறுத்திய செந்தில் அச்சத்தோடு திரும்பிப் பார்த்தான். ஆட்டுத் தலையையும் காணவில்லை. கிடாவின் உடலையும் காணவில்லை. இரண்டையும் வேப்ப மரத்தடிக்குக் கொண்டு போய்விட்டார்கள். கிடா வெட்டிய இடத்தில் ரத்தம் மண்ணில் சிந்திக்கிடந்தது. அந்த ரத்தத்தை மோப்பம் பிடித்த நாய்கள் சில, கோயிலிலிருந்து சற்றுத் தூரத்தில் தயங்கி நின்றன. சில காக்கைகள் வேப்ப மரத்துக் கிளைகளில் உட்கார்ந்து ஆட்டை

உரிக்கும்போது தவறி விழும் ஆட்டின் இறைச்சியைக் கொத்த நேரம் பார்த்துக் கொண்டிருந்தன.

செந்திலால் அங்கே நிற்க முடியவில்லை. "கோயிலுக்குப் போவலாம் தாத்தா..."

செந்திலின் குரலில் கெஞ்சல் தொனித்தது. முத்துராஜா செந்திலை அழைத்துக்கொண்டு கோயிலுக்குள் போய் ஓரிடத்தில் உட்கார்ந்தார். ஏற்கனவே மிகச்சிலரே அங்கே இருந்தார்கள். மற்றவர்கள் கோயிலுக்கு அருகில் இருக்கும் மண்டபத்தில் இருந்தார்கள். அந்த மண்டபத்தில்தான் உணவு பரிமாறுவார்கள்.

முத்துராஜா வாய் திறந்தாலே பிரச்சனை என்ற உணர்வோடு மௌனமாய் இருந்தார். ஆனால், செந்தில் பேசத் தொடங்கினான்... அவன் பேச்சு, கேள்விகளாக வந்தன.

"ஏன் தாத்தா... கோயில்ல ஆடு வெட்றாங்க?"

"சாமிக்காக வெட்றாங்க!"

"சாமி கேட்டிச்சா தாத்தா?"

இதற்கு என்ன பதில் சொல்வது என யோசித்த முத்துராஜா, "சாமி சொல்லும்பா" என்றார்.

"எப்புடிச் சொல்லும் தாத்தா?"

பேரனின் கேள்விகள் நீண்டது முத்துராஜாவுக்கு எரிச்சலைக் கொடுத்தது. ஆனால், அதனை அவர் காட்டிக்கொள்ளவில்லை. "பூசாரிகிட்டச் சொல்லும். இல்லேன்னா, வேற யாருகிட்டயாவது சொல்லும்."

"எப்புடி?"

"சாமி வரும்."

"சாமி எப்ப வரும்?"

"திடீர்னு வரும். ஆனா, வரும்!"

செந்தில் அதற்கு மேல் எதுவும் கேட்கவில்லை. அவன் கண்களுக்குள் முண்டமாய்க் கிடந்த ஆடே வந்து கொண்டிருந்தது.

*

ஆட்டின் ஈரலைக் கம்பியில் கோர்த்து அதை, நெருப்பில் சுட்டு ஆகாசக் கருப்பு சிலை முன்பு வைத்தார் பூசாரி. ஏற்கெனவே அவர் அங்கு தேங்காய், வாழைப்பழம், வெற்றிலை- பாக்கு என்பனவற்றை வைத்திருந்தார். ஊதுபத்தி புகைந்து தன் உயரத்தைக் குறைத்துக்கொண்டிருந்தது. தூவக்காலில் நெருப்புத் துண்டுகள் கொண்டுவரப்பட்டன. அந்த நெருப்பின்மீது சாம்பிராணித்தூளைப் போட, அது புகையைக் கிளப்பியது.

பூசாரி ஆகாசக் கருப்பின் பீடத்தை ஒரு தடவை உன்னிப்பாகப் பார்த்தார். ஏதோ ஒன்று குறைவது தெரிந்தது. என்னவாக இருக்கும் என்று நினைத்துப் பார்த்தார். பிறகு முத்துராஜாவின் தம்பியிடம் மெதுவாக, "சாராயம் வைச்சுப் படைக்கணும்னு சொன்னேனே?" என்றார்.

"ஆமா பூசாரி... நீங்க சொன்னீங்க" என்ற முத்துராஜாவின் தம்பி, பக்கத்தில் இருந்தவனின் காதில் ஏதோ சொல்ல, அவன் கூட்டத்தை விலக்கிக்கொண்டு ஓடினான். சில நிமிடங்களில் ஒரு சிறிய போத்தலோடு திரும்பி வந்தான். அந்தப் போத்தலைப் பூசாரி கையில் கொடுத்தான். பூசாரி அந்தப் போத்தலின் மூடியைத் திருகி, அதை ஆகாசக் கருப்பின் முன்னே வைத்தார். பிறகு மீண்டும் 'எதுவும் குறைகிறதா?' என்று பார்த்துவிட்டுத் திருப்தியடைந்து, "பூச போடலாமா?" என்றார். பலர் "பூசயப் போடுங்க... பூசாரி" என்றார்கள். அவர்களுக்குப் பசி வந்துவிட்டது போலும்...

பூசாரியார் பூசையைத் தொடங்கினார். வழக்கம்போல் நீர் விளாவி, சாம்பிராணித் தூபம்

காட்டினார். தேங்காய் உடைத்தார். உடைந்த தேங்காய் சரிபாதியாய் ஒரே அளவில் உடைந்ததில் முத்துராஜாவுக்கு மிகுந்த மகிழ்ச்சி. பூசையில் தேங்காய் சரிபாதியாய் உடைந்தால் நூற்றுக்கு நூறு புள்ளி எடுத்தது போலாகும். வளைந்து, நெளிந்து தேங்காய் உடைந்தால் பூசை செய்பவர்களுக்குக் கவலையாகிவிடும். மிகச் சிலருக்குத் தேங்காய் உடையும்போது அழுகலாக இருக்கும். அதைப் பார்க்கின்ற பூசைக்காரர்களுக்கு அழுகையே வந்துவிடும். பெரியபூசையாக இருந்தால் அழுகலை மறைக்கலாம். இதுபோன்ற தனிக்குடும்பப் பூசைகளில் அது முடியாது.

பூசாரி நீர் விளாவி சூடத்தட்டைக் கொளுத்திக் காட்டினார். பிறகு அதை ஆகாசக் கருப்புப் பீடத்தில் வைத்துவிட்டு, வசனம் போலவும், பாடல் போலவும் சொல்லத் தொடங்கினார்.

"அண்டத்தையும் அதள பாதாளத்தையும்
அவன் படைத்த பூலோகத்தையும்
காத்து வரும் ஆகாசக் கருப்பே!
உன் பாதம் பணிந்து
உனக்கு வைத்தோம் பூசை...
வேண்டிக்கொண்ட ஆட்டு ஈரலையும்
விருப்பமான தேவ பானத்தையும்
முன்னே வைத்து
முடிவாகச் சொல்கிறேன்
இவர்கள் குலம் காத்துவிடு
இவர்கள் பிள்ளைகளைக் காத்துவிடு
குற்றமிருந்தால் மன்னித்துக்
குறைதீர்த்து அருள் காட்டு
ஆகாசக் கருப்பே!"

அந்த வார்த்தைகளுக்குப் பிறகு பூசாரியார் அவயங்கள் பூமியில்பட விழுந்து ஆகாசக் கருப்பை வணங்கினார். பிறகு மறுபடியும் சூடத் தட்டில் சூடம் வைத்துக் கொளுத்தி, அதை ஆகாசக் கருப்புக்குக் காட்டிவிட்டு அந்தச் சூடத் தட்டை முத்துராஜா தம்பியிடம் எடுத்துப்போனார்.

எரியும் சூடத்தைத் தொட்டுக் கும்பிட்ட முத்துராஜாவின் தம்பி, ஒரு விநாடி ஆகாசக் கருப்பையே பார்த்தார். ஓர் ஆள் உயரத்தில் கையில் வெட்டரிவாளோடு, அரிவாள் மீசையுடன்

கம்பீரமாக நின்றார். படர்ந்த மார்பு, நீண்ட கால்கள், பெரிய விழிகள், இருட்டில் பார்த்தால் ஓர் ஆள் நிற்பதுபோல் இருக்கும். அந்தச் சிலைக்குப் பின்னால் கோயில் சுவர். மழைக்கு நனைந்து, வெயிலில் காய்ந்து நிற்கும் சிலை. சுவரில் 'ஆகாசக் கருப்பு' என்று எழுதி வைத்துள்ளார்கள். அதுகூட மழையில் கரைந்து மங்கி இருந்தது.

ஆகாசக் கருப்பின் அருகே பூசாரியைத் தவிர வேறு எவரும் இல்லை. ஆகாசக் கருப்பின் காலடியில் தேங்காய்மூடி, வாழைப்பழம், வெற்றிலை பாக்கு, கம்பியில் கோர்க்கப்பட்ட ஈரல், சிதறிக்கிடக்கும் பூக்கள் என்பன இருந்தன. கூடவே சாராயப் போத்தல் இருந்தது. பூசாரிக்குச் சாராயத்திலேயே குறி. சுற்றும் முற்றும் பார்த்தார். எவரும் அங்கு இல்லை. எல்லோரும் கறிச்சோறு சாப்பிடும் ஆசையில் போய்விட்டார்கள். பூசாரியார் சாராயப் போத்தலை எடுத்துக்கொண்டு ஆகாசக் கருப்புக்கு இடதுபக்கம் இருக்கும் கிணற்றடிக்குப் பக்கத்தில் இருக்கிற அறைக்குப் போனார். கதவை மூடிக்கொண்டு போத்தலில் இருந்த சாராயத்தைக் குடித்தார்.

ஒரே மூச்சில் சாராயத்தைக் குடித்ததில் போதை உடலில் உருவாவது போன்ற உணர்வு பூசாரியாருக்கு. எப்போதும் அளவாகத்தான் குடிப்பார். ஆனால் அவர் குடிப்பது எவருக்கும் தெரியாது. கோயிலில் கிடாவெட்டுக்கு வருகிற சாராயத்தைத்தான் குடிப்பார். மற்றபடி சொந்தமாகக் காசு போட்டுக் குடிக்க மாட்டார். அதைக்கூட அவர் மனைவி பேச்சுவாக்கில் சொல்லிக்காட்டுவாள். "ஓசியில கெடைக்குதுனா நஞ்சக்கூட நீ குடிப்ப! சாமி பேரச் சொல்லி ஏன் குடிக்கிற? சாமியா சாராயம் கேக்குது?"

மனைவியின் வார்த்தைகளைக் கேட்டுப் பூசாரி சிரிப்பார். பிறகு சொல்வார்... "சாமியும், பூசாரியும் ஒண்ணு!"

"இந்த நெனப்புதான் உன் பொழப்பக் கெடுக்குது. நீயும் சாமியும் ஒண்ணா? என்கிட்ட இதச் சொல்லாதே! நாற வாயோட வர்ற நீயா சாமி? ஏதோ சாராயம் கெடைச்சிச்சா, சாமி பேரச் சொல்லிக் குடிச்சியா, அதோட நின்னுக்க. சாமியும் நீயும் ஒண்ணுன்னு சொல்றத எனக்கிட்டச் சொல்லாத."

முதல் பந்தி போடும்போது மணி நாலாகிவிட்டது. முத்துராஜாவையும், அவர் பேரனையும் முதல் பந்தியில் உட்கார

வைத்தார்கள். எல்லோருக்கும் பெரிய பெரிய வாழை இலை போட்டார்கள். இலையில் ஒவ்வொன்றாய் வைக்க என்ன என்ன என்று கேட்டுக்கொண்டே இருந்தான் செந்தில். உப்பு, பச்சடி, ஊறுகாய், கிழங்குக்கூட்டு, கத்தரிக்காய் கடைசல், கிழங்குப் பொரியல் எனப் பலவற்றை இலையில் வைக்கும்போது கேட்டுத் தெரிந்து கொண்டு போடச் சொன்னான். இறைச்சி வறுவல் வைக்கும்போது மறுத்தான் அவன்.

"சும்மா சாப்புடு... சாமி ஆடுதான்... சாமிக்குப் படைச்சது" என்று முத்துராஜா சொல்லிப் பார்த்தார்.

"எனக்கு வேணாம் தாத்தா!"

சாமிக்கு ஆட்டை வெட்டியதே அவனுக்குப் பிடிக்கவில்லை. அவனாவது, சாப்பிடுவதாவது?

செந்தில் மறுத்ததை நினைத்து, தனக்குள் யோசித்தார் முத்துராஜா. இதற்கு மேல் பேசினால் பிரச்சனைதான் வரும். எனவே அவர் பேச்சைத் திசைமாற்றினார்.

"செந்தி... சாம்பார் போட்டுக்க..."

செந்திலின் இலையில் சாம்பார் ஊற்றப்பட்டது. மற்ற இலைகளில் ஆட்டுக்கறி விழுந்தது. முத்துராஜா வழக்கம்போல் சாப்பிட்டார். அவர் இலையில் அதிகமான ஆட்டுக்கறியைப் பரிமாறியிருந்தார்கள். அவற்றையெல்லாம் பார்த்த செந்தில், என்ன நினைத்தானோ, இலையில் கை வைக்காமல் எழுந்து நடந்தான்.

முத்துராஜா அதைப் பார்த்து "ஏன்டா செந்தீ! ஒனக்குப் புடிக்கலேனா சைவத்தச் சாப்புடேன்" என்றார்.

"அப்பா! நீங்க சாப்புடுங்க. நா அவனப் பாக்கிறேன்" என்று குரல் கொடுத்தான் பாண்டியன். அவன் அப்போதுதான் வந்திருக்க வேண்டும்.

பாண்டியன் செந்தில் பின்னே போனான். முத்துராஜா வேறு வழியின்றி உற்சாகம் குறைந்த உணர்வில் சாப்பிட்டார்.

செந்தில் கோயிலின் உள்ளே போய் மரத்தடியில் இருக்கிற ஐயனாரையே பார்த்தான். பாண்டியன் அவன் அருகே போய் நின்று பேசத் தொடங்கினான்.

“ஏம்பா சாப்புடாம வந்த?”

“எனக்குப் புடிக்கல அப்பா.”

“நீ சாம்பாரோட சாப்புட வேண்டியதுதானே?”

“எனக்கு இங்கு சாப்புடவே புடிக்கலே!”

பாண்டியன் ஏன் என்று கேட்க விரும்பாமல், “வூட்டுல சமைக்கலியே! என்ன சாப்புடுவே?” என்று கேட்டான். அதற்குச் செந்தில், “சாய்பு கடையில ரொட்டி வாங்கிச் சாப்புடுவேன்” என்று சொன்னான்.

பாண்டியன் பத்து ரூபா நோட்டை எடுத்துக் கொடுத்து “அப்படின்னா ரொட்டி வாங்கிச் சாப்புட்டு வூட்டுல இரு. நாங்க அப்புறம் வர்றோம்” என்றான்.

செந்தில் பணத்தை வாங்கிக்கொண்டு வேகமாகக் கோயிலைவிட்டு ஓடினான். பாதித்தூரம் ஓடும்போதுதான் தாத்தாவின் நினைவே அவனுக்கு வந்தது.

சாய்பு கடையை எட்டிப்பார்த்தான் செந்தில். உள்ளே சாய்பு நாற்காலியில் உட்கார்ந்திருந்தார். நாடக வேடத்துக்காக ஒட்டியதைப் போன்ற நிஜமான தாடி. நிலத்தை முத்தமிட்டுத் தொழுகை செய்ததால் அடையாளம் கொண்ட நெற்றி. மெல்லிய தேகம். தடித்த கண் கண்ணாடி.

“யாருப்பா?” என்றவாறு எழுந்த சாய்பு, செந்திலைப் பார்த்ததும் “யாரு, நம்ம முத்துராஜா பேரனா? வா... எதும் வேணுமா?” என்று கேட்டார். அவர் முகத்தில் மகிழ்ச்சி. ஆனால் அந்த மகிழ்ச்சி, ‘இவனைப் போல்தான் இருப்பான் இக்பால்’ என்ற நினைவு வந்ததும் கவலையாகியது.

செந்தில் வயதுதான் இக்பாலுக்கு இருக்கும். மூத்த மகனின் மகன். ஆசை ஆசையாய் வளர்த்த பையன். நெருப்புக் காய்ச்சலில் போய்விட்டான்.

கண்முன்னே ஓடித்திரிந்த இக்பால் பிணமாகக் கிடந்ததைப் பார்த்து அழுத முத்துராஜாவைப் பார்த்ததும் சாய்பு அழுதார்.

“பங்காளி! கடவுளுக்கிட்ட நா காசு பணம் கேக்கல்ல... இக்பாலக் காப்பாத்துன்னு கேட்டேன்... கடவுள் பதிலே பேசல பங்காளி...”

மாத்தளை சோமு | 67

முத்துராஜா வார்த்தைகளை நீர்த்துளிகளாகக் காட்டினார். இக்பாலை ஒரு நாளைக்கு ஒரு முறையாவது பார்க்காவிட்டால் அவருக்குப் பொழுதே போகாது. இக்பால் அவரைத் 'தாத்தா' என்றுதான் அழைப்பான். அவன் தன்னைத் தாத்தா என்று அழைத்ததில் முத்துராஜா குளிர்ந்து போனார். தன் மகனுக்குக் கல்யாணம் ஆகாமல் ஒரு மழலை 'தாத்தா' என்று அழைத்ததில் மயங்கிப்போனார். இதுவெல்லாம் சாய்பு குடும்பத்தோடு இருந்த நட்பில் பிறந்த உறவு. முத்துராஜா வீட்டில் நடைபெறும் எல்லாக் குடும்பக் காரியங்களிலும் சாய்பு முதல் ஆளாய் நிற்பார். அதேபோல் சாய்பு வீட்டில் நடக்கிற குடும்பக் காரியங்களிலும் முத்துராஜா முதல் ஆளாய் நிற்பார். இருவரும் ஒருத்தரை ஒருத்தர் 'பங்காளி' என்றே அழைத்துக்கொள்வார்கள்.

நினைவுகளை அறுத்த சாய்பு, "ஆமா, நீ ஐயனாரு கோயிலுக்குப் போவலியா? இன்னைக்கு உன் சித்தப்பா பையனுக்குக் கெடா வெட்டுன்னு தாத்தா சொன்னாரே! நீ கோயிலுக்குப் போகலே?" என்று கேட்டார்.

செந்தில் "கோயிலுக்கு போனேன் தாத்தா, ஆனா சாப்புடாம வந்துட்டேன்" என்றான்.

"ஏன் சாப்புடல? சாமிக்கு வெட்டுன கெடாக்கறிதானே... ஒரு புடி புடிச்சிருக்கலாமே!"

"எனக்கு அந்த ஆட்டுக்கறி புடிக்கல... அதான் ரொட்டி வாங்க வந்தேன்."

எதுவுமே புரியாத சாய்பு, "நாங்க அல்லா பேரச்சொல்லி வெட்றோம். கோயில்ல ஐயனாரு பேரைச் சொல்லி வெட்றாங்க. சாப்புடலாமே!" என்றார்.

"தாத்தா... நீங்க ரொட்டியக் குடுங்க" என்று பத்து ரூபாவை நீட்டினான் செந்தில்.

சாய்பு அவனை முறைத்தார். "காச நீ வைச்சிக்க, ரொட்டிய வாங்கிக்க..."

செந்தில் விடவில்லை. "தாத்தா, இது கடை. நா உங்க வூட்டுக்கு வந்தா சும்மா ரொட்டி குடுங்க. இதுக்குக் காசு வாங்குங்க காசு..." என்றான் அவன்.

ஒரு கணம் செந்திலை உற்றுப் பார்த்த சாய்பு, "முத்துராசாவுக்கு ஏத்த பேரன்" என்று சொல்லிவிட்டுப் பத்து

ரூபாவைக் கல்லாப்பெட்டியில் போட்டுவிட்டு, மீதிக் காசைக் கொடுத்தார்.

செந்தில், "வர்றேன் தாத்தா" என்று சொல்லிவிட்டு ரொட்டியோடு வீட்டிற்குப் போனான்.

மாலை ஆறு மணியைப்போல் திண்ணையில் உட்கார்ந்திருந்த முத்துராஜா, இலை தின்னும் ஆட்டைப் பார்த்தார். அதைப் பார்த்ததுமே அவருக்குச் செந்திலின் நினைவே வந்தது. 'அவனுக்காக வளர்க்கப்படும் கிடா. அதை வெட்ட விடுவானா? அதை எப்படி வெட்டுவது? பதில் தெரியாத அந்தக் கேள்விகள் முத்துராஜாவை சுமையாய் அழுத்தின. மனைவியிடம் இதுகுறித்துப் பேசினால் தீர்வு கிடைக்குமா?' என்று எண்ணியபோது, "மாமா" என்ற குரல் கேட்டுப் பார்த்தார். தம்பி செட்டி நின்று கொண்டிருந்தான். அவன் முகமெல்லாம் வியர்வை. ரொம்ப தூரம் நடந்து வந்திருக்க வேண்டும்.

முத்துராஜாவைப் பார்த்துக் கையெடுத்துக் கும்பிட்டுவிட்டு, "கீலப்பட்டிக்கு வந்தேன். அப்படியே உங்களப் பாத்திட்டுப் போவ வந்தேன்" என்றான் தம்பி செட்டி.

"கீலப்பட்டியில" என்று இழுத்தார் முத்துராஜா. அதன் அர்த்தம் 'என்ன விசேஷம்?' என்பதுதான்.

"சிலோன்காரரு... அவரு பொண்ணு கல்யாணம். தில்லை நகர்ல சனியாறு விருந்து. மூணு கெடா வேணுமாம். அதான் கெடா புடிக்க வந்தேன் தம்பி."

"அப்ப மொரட்டுப் பார்ட்டி. அப்படின்னா உனக்கு..." என்று மறுபடியும் வார்த்தைகளை இழுத்தார் முத்துராஜா.

தம்பிச் செட்டிக்கு அவர் என்ன சொல்ல வருகிறார் என்பது புரிந்தது.

"போங்க மாமா... இதுல கமிசன் இருக்குன்னு சொல்றீங்க. இதில் எனக்கு ஒன்னும் இல்ல. அவரு எனக்கு அப்பப்ப ஒதவி செய்றவரு... சிலோன்ல இருந்து வர்றப்ப சோப்பு, டீத்தூள், பிஸ்கட் எல்லாம் குடுப்பாரு. அவருகிட்டக் கமிசன் வைக்கலாமா மாமா? எல்லார்கிட்டயும் கமிசன் பாக்கிறதுன்னா நா மனுசனா இருக்க முடியாது தம்பி."

மாத்தளை சோமு | 69

முத்துராஜா அவனை வியப்போடு பார்த்தார். தம்பிச் செட்டி தொடர்ந்து பேசினான். "கீலப்பட்டி சடையன் ரெட்டிகிட்ட மூணு கெடா பேசிட்டேன். நாளைக்கு வண்டியில வந்து கெடாவ எடுத்திட்டுப் போவ வேண்டியதுதான்."

"ஆமா... பார்ட்டி பெருசுன்னு சொல்ற... மூணு கெடா போதுமா?"

"மொத்தம் ஆறு கெடா மாமா... டோல்கேட்டுல மூணு கெடா பேசியிருக்கேன்."

அப்போது ஆட்டுக்குட்டி அங்கும் இங்கும் ஓடியது.

"ஆடு வளர்க்கிறாப்புல இருக்கே..."

"அது ஐயனாருக்கு."

தம்பிச் செட்டி பதுங்கிப்போய் அந்த ஆட்டுக்குட்டியைப் பிடிக்க முயன்றான். அது அவனைக் கண்டு நழுவியது. ஆனால் அவன் விடவில்லை. அங்கும் இங்கும் நகர்ந்து அதனைப் பிடித்து மடியில் கிடத்தி வாயைத் திறந்து பார்த்தான். அதற்குள் ஆடு பல தடவை 'மே' என்றது.

ஆட்டை ஓடவிட்ட தம்பிச் செட்டி, "கெடாவக் காயடிக்கணும். இல்லே, அது இன்னும் கொஞ்ச நாள்ல பொட்டயோட மேய்ஞ்சிரும் தம்பி!" என்றான்.

"அப்படியா? நா அத யோசிக்கவே இல்லியே! அப்படின்னா நீயே அத செஞ்சு குடேன். ஆனா, காத்தாலதான் செய்யணும். பேரன் ஸ்கூலுக்குப் போன பொறகு!"

"அப்படின்னா மாமா... விருந்து முடிஞ்சு ஒரு நா காத்தாலே வர்றேன்" என்ற தம்பிச் செட்டி எழுந்து புறப்படப்போனான்.

"சரி, போயிட்டு வா" என்று சொல்ல வந்த முத்துராஜா, "ஆமா, உன் பொண்ணக் கட்டிக் குடுத்தியே! எப்படி இருக்காங்க? எத்தனை புள்ளைக?" என்று கேட்டார்.

தம்பிச் செட்டி தயங்கியவாறு நின்றான். அதைப் புரிந்து கொண்டவர் கேட்டார்... "ஏம்பா, தப்பாக் கேட்டுட்டேனா?"

"இல்லைங்க" என்ற தம்பிச் செட்டி ஒரு நிமிடம் மௌனமாக இருந்துவிட்டுச் சொன்னான்... "பொண்ணு நல்லாதான் இருக்கு.

ஆனா, கல்யாணம் பண்ணி மூணு வருசமாச்சி. இன்னும் குழந்த குட்டி இல்ல. அதான் தம்பி யோசிக்கிறேன்."

முத்துராஜா மௌனமாகி உள் மனதால் சிந்தித்தார். "எத்தனையோ ஆடுகளைக் காயடித்தான். அதனால்தான் அவன் மகளுக்குப் பிள்ளைகள் இல்லையோ!'

சோகத்துடன் இருந்தான் தம்பிச் செட்டி. அவனைத் தேற்றினார் முத்துராஜா. "சாமிய வேண்டிக்க. புள்ள பொறக்கும். சில பேருக்கு அஞ்சு வருசத்துக்குப் பொறகுகூடப் புள்ள பொறந்திருக்கு!"

"உங்க வாக்குப் பலிக்கட்டும் மாமா" என்ற தம்பிச் செட்டி புறப்பட்டான்.

*

அன்றிரவு சாப்பாட்டிற்குப் பிறகு வெளித் திண்ணையில் உட்கார்ந்து முத்துராஜா சுருட்டுப் பிடித்தார். எப்போதாவதுதான் அவர் சுருட்டுப் பிடிப்பார். அவர் சுருட்டுப் பிடிக்கும்போது செந்தில் பக்கத்தில்கூடப் போகமாட்டான். சுருட்டின் புகை நாற்றம் அவனுக்குப் பிடிக்காது. அவனுக்கு மட்டுமா? அவர் மனைவிக்கும் பிடிக்காது."

"இந்த எழவெடுத்த சுருட்டுப் பத்தணுமா?" என்று மனைவி கேட்டால், அதற்கு ஒரு நீண்ட பதிலே சொல்வார் முத்துராஜா. "லண்டன் பிரதம மந்திரி சர்ச்சில் சுருட்டுக் குடிப்பாரு... அதும் நீட்டமான சுருட்டு. அவருக்குச் சுருட்டு திருச்சி ஒறையூர்ல இருந்து தயாரிச்சு லண்டனுக்குப் போகுமாம். அவரே சுருட்டுப் புடிக்கும்போது நா புடிச்சா என்னா? நா எந்த நாளுமா சுருட்டுப் புடிக்கிறேன்? இன்னைக்குக் காலையில இருந்து மனசே சரியில்ல. கெடாவெட்டப் பாத்த செந்தில் கறிச்சோறு சாப்புடாம வந்துட்டான். அவன் நேர்த்திக்கு வளர்க்கிற கெடாவ வெட்ட அவன் வுடுவானா? அதையே யோசிச்சி மனசு நொந்து போச்சி. அதான் சுருட்டப் பத்த வைச்சேன்."

சுருட்டைப் பற்றவைத்துப் புகை விடுவதில் அவருக்கு ஓர் இன்பம் இருந்தது. மனதை அரித்துக் கொண்டிருக்கிற பிரச்சனைகள் தற்காலிகமாகவேனும் மறையும். சுருட்டுப் புகை விடும்போது செந்தில் நினைவு மறைந்து புகையின் நினைவுதான் வந்தது அவருக்கு.

மெல்லிய சத்தத்தில் சினிமாப்பாடல் டிரான்சிஸ்டர் ரேடியோவில் இருந்து ஒலித்தது.

அது பாண்டியனின் அறையில் இருந்து வந்தது. அது பதினொரு மணி வரை கேட்கும். அதற்குப் பிறகு ரேடியோ நிறுத்தப்படும். ஏனைய நாட்களில் கயிற்றுக் கட்டிலில் படுத்துக்கொண்டே பாடல்களைக் கேட்பார் அவர். அவருக்கு எம்.கே. தியாகராஜ பாகவதர் பாட்டு என்றால் விருப்பம். பாகவதர் நடித்த சிந்தாமணியைப் பல தடவை பார்த்தார். இப்போதெல்லாம் படம் பார்க்கத் தியேட்டருக்கே போகமாட்டார்.

பத்தேகாலுக்குத் துறையூர் போகிற பஸ் சத்தம் கேட்டது. சுருட்டை அணைத்து மாடத்தில் வைத்துவிட்டு வீட்டிற்குள் போய் வாசல் கதவைச் சாத்திவிட்டுக் கயிற்றுக் கட்டிலில் உட்கார்ந்தார். பக்கத்துக் கட்டிலில் செந்தில் படுத்திருந்தான். ஆட்டுக்குட்டி அந்தக் கட்டிலுக்குக் கீழே படுத்துக் கிடந்தது. மற்ற நாட்களில் செந்தில் தன்னைக் கண்டதும் பேச்சை ஆரம்பித்துக் கதை சொல்லச் சொல்வான். ஆனால், இன்று மௌனமாகிவிட்டான். கிடா வெட்டை நேரில் பார்த்தபிறகு அவனுக்குள் ஒரு மாற்றம் வந்துவிட்டது. அந்த மாற்றத்தால் கோயிலில் நேர்த்திக் கிடாவை வெட்ட விடுவானா என்பது கேள்விக்குறியாகிவிட்டது. அவனை இப்படியே விடக்கூடாது. பேச்சைத் தொடங்கி அவனை மாற்ற வேண்டும் என்று அவர் நினைத்தபோது வெளியே பொன்னம்மா பாடுகிற சத்தம் கேட்டது.

"சின்ன உசிரு தவிக்குது
பெரிய உசிரு முழிக்குது
முடிவு என்னானு தெரியல
முடிச்சுப் போட முடியல"

பாட்டுக்காரப் பொன்னம்மா தன்னை நோக்கிப் பாடுவதாக நினைத்தார் முத்துராஜா. பொன்னம்மாவுக்கு எதுவுமே தெரியாது. ஆனால், அவள் எல்லாவற்றையும் தெரிந்து கொண்டது போலப் பாடுகிறாள். அவளிடம் ஏதோ ஒன்று இருக்க வேண்டும். இல்லையென்றால் கோயிலில் செந்தில் கெடாவெட்டுக்குப் பிறகு சாப்பிடாமல் போனது, அதற்குப் பிறகு அவன் மாறி இருப்பது இதனால் முத்துராஜா தவிப்பது, நேர்த்திக் கெடா வெட்டு நடக்குமா? என்று நினைப்பது... யாவும் தெரிந்தது போல் பாடுகிறாளே! என்று எண்ணிக்கொண்டே கட்டிலை விட்டு இறங்கி வெளியே போய்ப் பார்த்தார் அவர். செந்திலோ

தூங்காமல் தாத்தா எழும்பிப் போவதைப் பார்த்துவிட்டுப் படுக்கையிலேயே கிடந்தான்.

வெளியே வீட்டுத் திண்ணையில் பொன்னம்மா உட்கார்ந்திருந்தாள். முத்துராஜாவைக் கண்டதும் எழுந்து நின்று கும்பிட்டாள் அவள்.

"ஒக்காரு" என்று சொல்லிவிட்டுத் திண்ணையில் உட்கார்ந்தார் முத்துராஜா.

"வாங்க சாமி... நீங்க வருவீங்கன்னுதான் கதவத் தட்டாமத் திண்ணையில இருந்தேன். இன்னைக்கு ராத்திரி இந்தத் திண்ணையில படுத்திட்டுக் காத்தால போவலாம்னு இருக்கேன். நீங்கதான் திண்ணையில படுத்துக்கனு சொல்லியிருக்கீங்க" என்று மெல்லிய குரலில் பேசினாள்.

"சரி, பாட்டுப் பாடுனியே! யாருக்காகப் பாடுனே?"

"சாமி, நா யாருக்காகவும் பாடல. இந்தத் திண்ணையில ஒக்காந்தோன்னதான் பாட்டு வந்திச்சி."

முத்துராஜா அதற்கு மேல் அந்தப் பாட்டைப் பற்றி எதுவும் கேட்காமல் 'இவளிடம் ஏதோ ஒன்று இருக்கிறது. போகிற இடத்துக்கு ஏற்பப் பாடுகிறாள். அது தானாக வருகிறது' என்று நினைத்துக்கொண்டு, "ஆமா, இந்த நேரத்தில எங்க போயிட்டு வர்ற?" என்று கேட்டார்.

"திருவெள்ளறைக்குப் போனேன்."

"சாப்புட்டியா?"

"திருவெள்ளறையில இட்லி சாப்பிட்டேன் சாமி."

"ஆமா, திருவெள்ளறையில என்ன விசேசம்? இப்பத் திருவிழா எதுவும் இல்லையே!"

பொன்னம்மா அந்தக் கேள்விக்குப் பதில் சொல்லத் தயங்கினாள், யோசித்தாள். பிறகு முத்துராஜாவை நேருக்குநேர் பார்த்தாள். தெரு விளக்கு வெளிச்சத்தில் அவர் முகம் தெளிவாகத் தெரிந்தது.

"என்ன யோசிக்கிற?" என்பது போல் முத்துராஜா அவளைப் பார்த்தார்.

“ஒன்னுமில்ல சாமி, நம்ம குடும்பச் சங்கதி. அதான் யோசிச்சேன்.”

“எனக்குத் தெரியக்கூடாதுன்னு பாக்கிறியா?”

“இல்ல சாமி... ஊரு ஒலகத்தில இல்லாததா நடந்திருச்சி? ஆனா சொந்தத்துக்குள்ள நடந்ததுனால சொல்ல மனசே வரல்ல...” என்றாள் பொன்னம்மா.

“அதானே பாத்தேன். மத்தவங்க குடும்ப சங்கதின்னா பட்டு பட்டுனு சொல்வியே! உன் குடும்பங்கிறதுனால யோசிக்கிற! நீ மட்டுமில்ல பொன்னம்மா... நான் கூடத்தான் ஒனக்கு விருப்பம்னா சொல்லு. இல்லேனா வுடு” என்றார் முத்துராஜா.

“சாமி... என்ன நம்புங்க. ஒங்ககிட்ட எப்புடிச் சொல்றதுன்னு யோசிக்கலே. நம்ம குடும்பத்தில இப்படி நடந்திருச்சேனுதான் யோசிச்சேன். ஆனா, உங்ககிட்டச் சொல்றேன்!” என்றாள் பொன்னம்மா.

“சரி.. சரி... சொல்லு...”

“எங்கப்பாவுக்கு ஒரே தம்பி. எனக்குச் சித்தப்பா. சித்தப்பாவுக்கு ஒரே பையன். அவன் திருவெள்ளறையில இருக்கான். நாந்தான் பொண்ணுப் பாத்துக் கட்டி வைச்சேன். கல்யாணம் செஞ்சப்ப சின்ன டீக்கடை வைச்சிருந்தான். கட்டுப்படியாகலன்னு வேலைக்குப் போனான். ஆள் வாட்ட சாட்டமா இருப்பான். காவல் வேலை கிடைச்சி. அத என்னமோ இங்கிலீசில சொல்றாங்க. திருச்சி டவுன்ல ஒரு கம்பெனியில ராத்திரி வேல. மொதல்ல பொண்டாட்டியத் தனியா வுட்டுட்டு எப்புடிப் போறதுன்னு யோசிச்சிட்டுத்தான் மாசா மாசம் காசு கெடைக்குதேன்னு வேலைக்குப் போயிட்டான்.

ராத்திரி வேலைக்குச் சாயந்தரம் அஞ்சு மணிக்கே போவான். அப்பறம் காத்தால ஏழரை மணிக்கு மேலதான் வருவான். பொண்டாட்டி தனியா ராத்திரியில இருக்கானு டிவி வாங்கி கேபிள் போட்டுக் குடுத்தான். பொண்ணு தங்கமானவ. இப்புடியே ஒரு வருசம் ஓடிச்சி. ஆனா, பொண்ணுக்குப் புருசன் ராத்திரியில வேலைக்குப் போறது புடிக்கல்ல” என்று கதையை நிறுத்தினாள். பிறகு பெருமூச்செறிந்து விட்டுப் பேசத்தொடங்கினாள்.

“எந்தப் பொம்பளைக்குப் புருசன் ராத்திரி வேலைக்குப் போறது புடிக்கும்? புருசனும் பொஞ்சாதியும் சேந்து தூங்கிறதுதான் சுகம். பகல்ல என்னதான் ஒண்ணாத் தூங்கினாலும், ராத்திரித் தூங்கிற மாதிரி வருமா? புருசன்கிட்ட இதப்பத்திப் பேசாம இருந்தா. அப்ப, பக்கத்து வூட்டுக்கு மெட்ராசில இருந்து ஒருத்தன் வந்திருக்கான். ஆள் பாக்கிறதுக்கு நடிகர் போல இருந்தானாம். அவன், என் சித்தப்பா மகன் பொண்டாட்டியப் பாத்திருக்கான். அவ நெறம், முகம் அவன மயங்க வைச்சிருச்சு.

அவ இன்னொருத்தன் பொண்டாட்டின்னு தெரிஞ்சும் பேச்சுக் குடுத்திருக்கான். ஏன் மருமகளும் வெவரம் இல்லாமப் பேசியிருக்கா. பதிலுக்கு அவனும் பேசியிருக்கான். அப்படியே கிரிக்கெட்ட டிவியில பாக்கிற சாக்கில வூட்டுக்கு வரப்போகத் தொடங்கினான். அப்படியே ஒரு நா அவளுக்குச் சாக்லெட் குடுத்திருக்கான். அத அவ சாப்புட்டு மயங்கிட்டா. மயங்கின அவள...” என்ற பொன்னம்மாவின் உதடுகள் நடுங்கின. வார்த்தைகள் தடுமாறின.

சோகம் முகத்தில் மிதக்க முத்துராஜா பொன்னம்மாவைப் பார்த்தார். பொன்னம்மா தொடர்ந்து, தன் உள்ளத்தில் உள்ள உணர்வுகளைப் பகிர்ந்தாள்.

“மயங்கிக் கெடந்தவளோட உறவு வைச்சிட்டு ஓடிட்டான் அந்தப்பய. மயக்கம் தெளிஞ்சு நடந்தத அறிஞ்சி மானமே போச்சின்னு தற்கொலை செய்யப் போயிருக்கா. அப்ப, பக்கத்து வூட்டுக் கெழவி வந்து காப்பாத்தியிருக்கா. கெழவி என்னக் கூப்பிட்டு அனுப்பினா. நா ஒடனே போனேன். எல்லாத்தையும் கேட்டுட்டு என்ன செய்யிறதுன்னு யோசிச்சேன். ‘நம்ம மூணு பேருக்கு மட்டும்தான் நடந்தது தெரியும். இத அப்புடியே வுட்டுடுவோம்’னு கெழவி சொன்னா. நா ஒத்துக்கல்ல. என்னக்கியாவது பிரச்சன வரும்னு நா நடந்ததச் சொல்வோம்னு சொன்னேன். சித்தப்பா மகனுக்கிட்ட நடந்ததச் சொன்னேன். அவன் ஒத்துக்கல. பொண்டாட்டிய நடத்த கெட்டவள்னு சொன்னான். எனக்குக் கோவம் வந்திருச்சி. ‘டேய், நீ அவள நடத்த கெட்டவன்னு சொன்னா, நீ உருப்பட மாட்டே. நீ ராத்திரியில வேலைக்குப் போறியே, அதப்பத்தி ஏதாவது கேட்டாளா? சந்தேகப்பட்டாளா? அந்தப் பய மயக்கச் சாக்லட்டக் குடுத்திட்டுக் கெடுத்திருக்கான். அவ விரும்பியா போனா? சாமி சாட்சியாச் சொல்றேன். அவ மேல குத்தம்

இல்ல. இந்த விசயம் ஒனக்கும் எனக்கும் பக்கத்து வூட்டுக் கெழவிக்கும்தான் தெரியும்!"

"கடேசியில என்னாச்சி?"

"அவன் காவக் காக்கிற வேலய வுட்டுட்டான். இப்ப வூட்டுலயே இருக்கான். வேற வேல தேடிக்கிட்டிருக்கான் சாமி..."

முத்துராஜா, "இந்தக் காலத்துப் பசங்கள நம்பக்கூடாது" என்று சொல்லிவிட்டுப் பெருமூச்சு விட்டார். பிறகு சொன்னார்... "டவுன்லயிருந்து டிப் டாப்பா வர்ற குழாய்க்காரப் பசங்கள நம்பக்கூடாது. அவனுகள விசாரிக்காம வூட்டுக்குள்ள எடுக்கிறதே தப்பு! தாய்க்கும் தாரத்துக்கும் வித்தியாசம் தெரியாத பொறுக்கிப் பயலுக. பாவம் அந்தப் பொண்ணு. பொன்னம்மா, நீ நல்லதுதான் செஞ்சே. இல்லேனா அது வாழ்க்க அம்புட்டுதான்."

அவருக்கு நகர்ப்புற மனிதர்கள் மீது அதிருப்திதான். அரசு வேலை பார்க்கும் நகர்ப்புற மனிதர்களிடம் அவர் அடைந்த கசப்பான அனுபவங்களே அவரை அப்படி நினைக்க வைத்தன.

பொன்னம்மாள் எழுந்தாள். "சாவடியில படுத்திட்டுக் காத்தால டவுனுக்குப் போறேன்."

"ஏன் அங்க போற? நம்ம வூட்டுத் திண்ணையில தூங்கு" என்றார் முத்துராஜா. அதன் பிறகு பொன்னம்மா தன் முடிவை மாற்றிக்கொண்டு திண்ணையிலேயே உட்கார்ந்தாள். முத்துராஜா வாசல் கதவை மூடிவிட்டுப் படுக்கையில் விழுந்தார்.

"இருட்டுல தான் ஒலகம் உருளுது
உருளுற ஒலகத்தில உறவு சிரிக்குது
உலக மயக்கத்தில மனுசன் சிரிக்கிறான்
உண்மைக்குள்ள கடவுள் சிரிக்கிறான்..."

பொன்னம்மாவின் பாட்டைக்கேட்ட முத்துராஜா, மல்லாக்கப் படுத்தவாறு ஆகாயத்தைப் பார்த்தார். ஆகாயத்தில் ஆங்காங்கே நட்சத்திரங்கள் மின்னின. மேலே இருந்து பார்த்தால், பூமியும் நட்சத்திரம்தான். இந்தப் பூமிக்குள்ளே மனிதர்களும் நட்சத்திரங்கள்தான்.

மேகங்கள் வானத்தை மூடிக் கொண்டதால் விடிந்து வெகுநேரமாகியும் சூரியனைக் காணவில்லை. மழை வரும் என

கிராம மக்கள் பேசிக்கொண்டார்கள். செந்தில் வழக்கம்போல் புத்தகப்பையோடு வேகமாகப் பள்ளிக்கூடம் போனான். ஆடு அவன் பின்னேயே நடந்தது. சிறிது தூரம் நடந்த செந்தில், தன்னைப் பின்தொடர்கிற ஆட்டின் கழுத்தில் கிடக்கிற மணி அசைவதால் கேட்கிற சத்தம் கேட்டு அப்படியே நின்றான். ஆடு மெது மெதுவாக அசைந்து வந்தது.

"டேய் மணி! நீ இப்புடி மெதுவா வந்தா நா எப்படி ஸ்கூலுக்குப் போவேன்?"

அப்போதும் அது மெதுவாகவே நடந்தது.

"சரிதான் உனக்கு எந்த ஸ்கூல்? எந்த வாத்தியாரு? யார் அடிப்பா? அதான் மெதுவா வர்ற... ஆனா நா வேகமாப் போவணும்டா" என்ற செந்தில் வேகமாக நடந்தான்.

பள்ளிக்கூடக் கேட்டை செந்தில் நெருங்கியபோது ஆடு வேகமாக ஓடி வந்தது. பிறகு ஸ்கூல் கேட்டருகே நின்று வேடிக்கை பார்த்தது.

"டேய் மணி! கவனமாப் போ. நா படிச்சிட்டு வந்திருவேன்" என்று சொல்லிவிட்டு வகுப்பறைக்குப் போனான் செந்தில். ஆடு வாசலிலேயே நின்றது.

"டேய்! செந்திலுட்டு ஆடு நிக்குதுடா!" என்று ஒருவன் சத்தம் போட்டான்.

"எப்புடிடா அவன் வூட்டு ஆடு மட்டும் ஸ்கூலுக்கு அவனத்தேடி வருது?" வேறு ஒருத்தன் கேட்டான். அதற்கு இன்னொருத்தன், "அது அவன் வளர்க்கிற ஆடு. நீயும் வளத்தா வரும்."

"இது அவன் வளக்கலடா. நேர்த்திக்காக வளக்கிற ஆடு. பூச போட்டு வெட்டிருவாங்க" என்றான் ஒருவன். அது செந்தில் காதில் விழுந்தது. அவன் 'இந்த ஆட்டை வெட்ட விடமாட்டேன்' என்று மனதுக்குள் உறுதி செய்து கொண்டான்.

தம்பிச் செட்டி சொன்னது போல் காலையில் வாசல் கதவருகே நின்றான். முத்துராஜா அவனை வரவேற்பதற்கு முன் அறையில் மாட்டியிருந்த துறையூர் மளிகைக்கடைக் காலண்டரைப் பார்த்தார். இன்று புதன் கிழமை. நல்ல நேரம்...

காலை ஒன்பது முதல் பத்தரை வரை என்று இருந்தது. தம்பிச் செட்டி நல்ல நாள், நேரம் பார்த்துத்தான் வந்திருக்கிறான்.

"வாப்பா... வா.."

தம்பிச் செட்டி வீட்டுக்குள்ளே போனான். கையில் திருச்சி சாரதாஸ் ஜவுளிக்கடையின் மஞ்சள் நிறப் பை இருந்தது.

"சாப்பிட்டியா?"

தம்பிசெட்டி பதில் பேசவில்லை. இன்றைக்குக் காலையில் இங்கே சாப்பிடலாம் என்றுதான் புறப்பட்டான் அவன். அவனிடம் போய் சாப்பிட்டியா? என்று கேட்டால்... அவன் நிலைமையைப் புரிந்து கொண்டார் முத்துராஜா.

"நம்ம வூட்டுல சாப்புட்டு ஒன் வேலையத் தொடங்கு" என்ற முத்துராஜா உள்ளே போனார். உள்ளே மனைவியிடம் தம்பிச் செட்டிக்கு இலை போடச் சொல்லிவிட்டு வந்தார். அவரிடம் தம்பிச் செட்டி, "கெடாவக் காணோமே!" என்றான்.

"கெடாவா, அது பேரன ஸ்கூல்ல விடுறதுக்குப் போயிருக்கு. இப்ப வந்துரும்."

"படம் எடுக்கிற தேவர் இருந்தா, இந்த ஆட்ட வைச்சி சினிமா எடுப்பாரு" என்றான் தம்பிச் செட்டி. அதைக் கேட்டு முத்துராஜா புன்னகைத்தார். ஆனால், அந்தப் புன்னகையில் உயிரே இல்லை.

*

கை கழுவிவிட்டுத் தம்பிச் செட்டி இலையின் முன்னே உட்கார்ந்தான். பெரிய தலைவாழை இலை. முத்துராஜாவின் மனைவி மூன்று இட்லியை அந்த இலையில் வைத்தாள். மருமகள் காரச்சட்னியை வைத்தாள். வெங்காய சாம்பாரைப் பிறகு ஊற்றினாள்.

"நீங்கள்ளாம்..." என்று வார்த்தைகளை நிறுத்தினான் தம்பிச் செட்டி.

"நாங்கள்ளாம் சாப்புட்டோம்" என்றாள் முத்துராஜாவின் மனைவி.

எப்போதும் காலையோ, பகலோ, இரவோ வீட்டில் உள்ளவர்கள் போக இரண்டு பேர் சாப்பிடுகிற உணவு அதிகமாகவே இருக்கும். சாப்பாடு இல்லையென்று பதில் வராது. யார் வந்தாலும் முகம் கோணாமல் உணவு பரிமாறுவதில் அந்த ஊரிலேயே நல்ல பெயர் அந்த வீட்டுக்கு உண்டு. அது தம்பிச் செட்டிக்குத் தெரியும்.

"இட்லி எப்புடி இருக்கு?" என்று கேட்டாள் முத்துராஜாவின் மனைவி.

தம்பிச் செட்டி கிராமத்திலும் நகரத்திலும் நாலு வீட்டு உணவு சாப்பிட்டவன். அவனுக்கு எந்த வீட்டு இட்லி என்னவாய் ருசிக்கும் என்பது தெரியும்.

"டவுன்ல இப்புடி பூ மாதிரிப் பெரிய இட்லி எங்க போடுறான்? இதில மூணு நாலு சாப்பிட்டாலே போதும் தம்பி" என்று சொன்னதும் முத்துராஜாவின் மனைவி சிரித்து விட்டாள். பிறகு, அதற்கு அவளே

விளக்கம் கொடுத்தாள். "தம்பி தம்பிங்கிறத வுடமாட்ட போல. என்னோட பேசினாலும் தம்பி, அவரோட பேசினாலும் தம்பி..."

தம்பிச் செட்டி சிரித்தான். "அத மாத்த முடியல்ல. என் பேச்சு நின்னா நிக்கும்."

"சரி, சரி... தம்பினு சொன்னா என்னா? அதுக்குப் போயி பேச்சு மூச்சுனு சொல்ற... நல்லாச் சாப்புடு" என்று சொல்லிவிட்டு இரண்டு இட்லியை வைத்தாள்.

"போதும் போதும் பெரிய இட்லி."

தம்பிச் செட்டி எட்டு இட்லி சாப்பிட்டான். காரச் சட்னியையும் விடவில்லை. வெங்காயச் சாம்பாரை உறிஞ்சினான். அவன் எங்கு போனாலும் வயிறு நிறையச் சாப்பிடுவான். முத்துராஜா அவன் சாப்பிடுவதைப் பார்த்து மகிழ்ந்தார்.

தம்பிச் செட்டி தண்ணீர்த்தொட்டியருகே சென்று கை கழுவியபோது ஆட்டுக்குட்டி அங்கே ஒரு மூலையில் நிழலில் படுத்திருந்ததைப் பார்த்தான்.

"இதுதானே காயடிக்க வேண்டிய கெடா?" என்று தம்பிச் செட்டி முத்துராஜாவைப் பார்த்துக் கேட்டதும், அதைப் புரிந்து கொண்டதைப் போல் ஆடு தலையைத் தூக்கிப் பார்த்தது.

முத்துராஜா மெள்ளமாய் நடந்து அந்த ஆட்டுக் குட்டியருகே போய் அதைத் தடவிக் கொடுத்துக்கொண்டே, கையால் தூக்கிக் கொண்டு போய் கோழி அறைக்குள் வைத்துக் கழுத்தில் கயிறைக் கட்டி அந்தக் கயிறை அறைக்குள் இருந்த தூணோடு கட்டினார். ஆடு முரண்டு பிடித்தது. கயிறை இழுத்து அறுக்க முயன்றது. முடியவில்லை. போராட்டக் குரல் எழுப்பியது. 'மே... மே...' என்று தன் மொழியில் கத்தியது.

தம்பிச் செட்டி ஆட்டுக்குக் காயடித்துவிட்டுப் போய்விட்டான். செந்தில் பள்ளியில் இருந்து திரும்பியபோது ஆட்டுக்குட்டி படுத்தே கிடந்தது. 'என்னவோ, ஏதோவென்று' பயந்த செந்தில், புத்தகப்பையைப் போட்டுவிட்டு ஆட்டைத் தூக்கப் போனான். முத்துராஜா தடுத்தார். "செந்தில், ஆட்டுக்குக் கழிச்சல். ஊசி போட்டிருக்கு... தொடாத. நாளைக்குள்ளார சரியாப் போயிடும்." காயடித்ததைச் சொல்லாமல் பொய்யே சொன்னார் அவர்.

செந்தில் கவலையோடு உள்ளே போனான். வீட்டுக்குள்ளே போய் ஒரு மூலையில் சோகமாக உட்கார்ந்தான். முத்துராஜா மெல்லமாய் வந்து செந்தில் அருகே உட்கார்ந்தார்.

இருவரும் பேசவில்லை. ஒரு நீண்ட மௌனமே அங்கு நீண்டது. மெள்ளமாய் அன்போடு தன் கையைச் செந்தில் அருகே கொண்டு போனார் முத்துராஜா. செந்தில் கோபத்துடன் அவரின் கையைத் தட்டிவிட்டான். "வுடு தாத்தா, மணிக்குக் கழிச்சல்னு ஏன் சொல்லல்ல?"

"வெயில் காலத்தில ஆடு, மாடு, கோழிகளுக்கெல்லாம் கழிச்சல் வரும். மணிக்கு இன்னைக்குக் காலையிலதான் வந்திருச்சி. அதைப் பாத்ததும் ஓமாந்தூர் மாட்டு டாக்டருக் கிட்டச் சொல்லி ஊசி போட்டாச்சி... சரியாப்போகும்."

பொய்யை உண்மையாக்க ஒரு கதையே சொன்னார். வேறு வழி அவருக்கில்லை. கோயில் நேர்த்திக்கு வளர்க்கிற கிடாவுக்குக் காயடித்தோம் என்று அவனிடம் சொல்ல முடியுமா? கிடா வெட்டுவதே அவனுக்குப் பிடிக்காது. அப்படி இருக்கும்போது கிடாவுக்குக் காயடித்ததை எப்படிச் சொல்ல முடியும்? காயடிக்கிறதுன்னா என்ன என்று கேட்பான். அதற்கு என்ன பதில் சொல்வது?

முத்துராஜா மெள்ளமாய் செந்தில் முதுகைத் தடவி, "காத்தால எல்லாம் சரியாப்போகும். நீ போய்ச் சாப்புடு" என்றார்.

செந்தில் உடனே சொன்னான்... "நாளைக்கு ஸ்கூலுக்குப் போகல தாத்தா... மணியோட இருக்கப் போறேன்!"

"நா மணியப் பாத்துக்கிறேன். நீ ஸ்கூலுக்குப் போயிட்டு வா. படிப்ப விடக்கூடாது. இந்த வயசில படிக்காம எப்பப் படிக்க முடியும்? நாலு எழுத்துப் படிச்சாத்தான் இனிமே வாழ முடியும். உன் தாத்தா மண்ண நம்பி வாழ்ந்தேன். உன் அப்பன் மண்ணுல வருமானம் இல்லேனு கடையில குந்திட்டான். இனிமே வெவசாயம் பார்க்க முடியாது. வெவசாயி வானத்தப் பாத்து மழையப் பாத்து வாழணும். அப்புடியே மண்ணுல ஒழைச்சாலும் வெளையிற பயிறுக்குச் சரியான கூலி எங்க கெடைக்குது? நீ நல்லாப் படி... எம்புட்டுப் படிக்கிறியோ, அம்புட்டுப் படி..."

செந்தில் ஒருகணம் பதில் பேசாமல் மௌனமாக இருந்தான். பிறகு தாத்தாவைப் பார்த்துக் கேட்டான். "நா படிக்கிறேன் தாத்தா... ஆனா ஒரு கேள்வி கேக்கிறேன். அதுக்குப் பதில் சொல்லு!"

"கேளுப்பா."

"நேத்து ஸ்கூல் வாத்தியாரு எல்லார்கிட்டயும் படிச்சி என்ன செய்யப் போறீங்கன்னு கேட்டாரு. எல்லாரும் டாக்டரு, இஞ்சினியரு, வாத்தியாரு, டிரைவரு, மெக்கானிக்குன்னுதான் சொன்னாங்க. ஒரே ஒரு பையன்தான் எங்க அப்பாவுட்டு வெவசாயம் பாக்கப் போறேன்னான். எல்லாரும் வேற வேலைக்குப் போனா யாரு தாத்தா வெவசாயம் பாப்பா?"

"இந்தக் கேள்விக்கு எனக்கிட்ட பதில் இல்ல. நம்ம கவுருமெண்ட்டுகிட்டயும் பதில் இல்ல."

அப்போது சைக்கிளில் அந்த வழியாக வந்த முத்தலிப் சாயபு, முத்துராஜா வீட்டின் முன்னே வண்டியை நிறுத்திவிட்டு இறங்கினார். வீட்டுக் கதவு திறந்தே இருப்பதைக் கண்டு கால் செருப்பைக் கழற்றி வாசலில் வைத்துவிட்டு, "பங்காளி" என்று குரல் கொடுத்துக்கொண்டே வீட்டிற்குள் போனார்.

சாய்பு குரலைக் கேட்டதும் முத்துராஜா வீட்டுக்குள்ளே இருந்து வெளியே வந்தார். அவரின் பின்னே செந்திலும் வந்தான். ஆனால் அவன் முகத்தில் களையே இல்லை.

"பங்காளி நல்லா இருக்கீங்களா?"

"நல்லா இருக்கேன், நீங்க?"

"அல்லா கருணையில நல்லா இருக்கேன் பங்காளி" என்ற சாய்பு, செந்திலைப் பார்த்துவிட்டுக் கேட்டார்... "ஏன் பேரன் ஒரு மாதிரியா இருக்கான்?"

"ஆட்டுக்குக் கழிச்சல்... ஊசி போட்டாச்சி. அதான் பேரன் கவலைப்படுறான்."

"தம்பிச் செட்டி காலையில வந்தானே..." என்ற சாய்புவை மேற்கொண்டு பேசவிடாமல் இடைமறித்த முத்துராஜா, தம்பிச் செட்டி, காயடித்ததைப் பற்றி இவரிடம் பேசியிருப்பானோ? என்ற அச்சத்தில் சாய்புவைப் பார்த்துக் கண்ணடித்துச்

சாடை காட்டினார். சாய்புவுக்குப் புரிந்துவிட்டது. தன்னைப் பேசவேண்டாம் என்கிறார்... முத்துராஜா.

"சொல்லுங்க பங்காளி..." என்று முத்துராஜாவுக்கு வழிவிட்டார் சாய்பு.

"தம்பிச் செட்டி காலையில வந்தான். அவனுகிட்ட ஆட்டக் குடுத்து ஓமாந்தூர் மாட்டு டாக்டருக்கிட்ட ஊசி போட வைச்சேன்!"

ஆட்டுக்குக் காயடித்ததை மறைக்கிறார் என்பது சாய்புவுக்குப் புரிந்தது. முத்துராஜா நியாயமானவர். எதையும் நியாயமாக அணுகுகிறவர். அவரிடம் தனியே சந்திக்கும்போது கேட்கலாம் என்று எண்ணிக்கொண்டு பேச்சைத் திசை திருப்பினார். "வீராணி பக்கம் கல்லக் குமிச்சிருக்காங்களே!"

"தேர்தல் வருதில்ல... இப்ப ரோட அவசரமாப் போட்டாத்தான் ஏமாத்தி ஓட்டு வாங்க முடியும்!"

"ஆமா, இவனுக போடுற ரோடு அடுத்த மழைக்கு ஓடிப் போயிரும்."

"என்னைக்கி மனுசங்களப் பாக்கிறவன் ஆட்சிக்கு வருவானோ?" என்று தன் ஏக்கத்தை வெளியிட்டார் முத்துராஜா.

"அது உங்க காலத்திலயும், ஏன் காலத்திலயும் வராது பங்காளி" என்று சாய்பு முடிவுரையே எழுதினார்.

செந்தில் மெள்ளமாய் எழுந்து உள்ளே போனான். ஆடு படுத்துக் கிடப்பதில் ஆடிப்போயிருக்கிறது அவன் மனம்.

செந்தில் உள்ளே போனதும் முத்துராஜா, சாய்பு அருகே போய் மெல்லிய குரலில் பேசினார்... "பங்காளி, தப்பா எடுத்துக்காதீங்க! தம்பிச் செட்டி காத்தால வந்து ஆட்டக் காயடிச்சான். அது பேரனுக்குத் தெரிஞ்சா என்னா, ஏதுனு கேப்பான். அதனால, ஆட்டுக்குக் கழிச்சல்னு கத கட்டுனேன். நீங்க தெரியாம, காயடிச்சதச் சொல்லிருவீங்களோனு பயந்தேன். அதான் கண்ணடிச்சேன்.

"நா புரிஞ்சிகிட்டேன் பங்காளி" என்றார் சாய்பு.

"நீங்க புரிஞ்சிகிட்டீங்க... அவன் புரிஞ்சிக்கல... கெடாவக் கூட்டாளியா நெனைக்கிறான். கெடாவுக்கு ஒன்னுன்னா

அழுவுறான். கெடாவ எப்புடி வெட்டப் போறேன்னு தெரியல்ல” என்று தன் கவலையைக் கொட்டினார் முத்துராஜா.

“பயப்படாதீங்க பங்காளி... அது அது அந்தந்த நேரத்தில நடக்கும். ஐயனாரு, ஆட்ட வுட்டுருவாரா? கடவுள்மேல பாரத்தப் போட்டுட்டு மத்த வேலையப் பாருங்க. ஆமா, எனக்கும் நேரமாச்சி, பள்ளிவாசலப் பெருசாக் கட்டுறதப் பத்தி இன்னைக்கிப் பேசுறோம்” என்ற சாய்பு, வீட்டை விட்டு வெளியே போனார். முத்துராஜா பேசிக்கொண்டே அவரோடு நடந்தார்.

“சாய்பு, பள்ளிவாசலப் பெருசாக் கட்டுங்க. ஒங்க ஆளுக சிறுகுடியில வீடுகளக் கட்டுன அப்புறம்தான் ஊர் ஊரா இருக்கு. முந்தி இருந்த புள்ளமாருக சிலோன், மலேசியான்னு போயிட்டாங்க. இருந்த காடு, கரை, வீடு, வாசல வித்தாங்க. இப்ப நீங்கள்ளாம் வீடு கட்னோன்ன, வீடு வாசல ஏன் வித்தோம்னு வருத்தப்படுறாங்க பங்காளி...”

“எல்லாம் அல்லாவோட கருணை பங்காளி” என்ற சாய்பு, சைக்கிளில் ஏறினார். அப்போது ஏதோ நினைவு வந்தவர் போல், “பேச்சில குடிக்கக்கூடக் குடுக்கலியே!” என்று வருந்தினார்.

“இந்த வெயில்ல எது குடுத்தாலும் குடிக்க மாட்டேன். இது நம்ம வீடு. எப்ப வேணும்னாலும் சாப்பிடலாமே! நா வர்றேன்.”

சைக்கிள் நகர்ந்து சென்றது. சாய்பு அங்கிருந்து போன பிறகும் ‘எதுவும் குடிக்கக் கொடுக்கவில்லையே’ என்ற கவலை முத்துராஜாவை உலுக்கியது.

“சாய்பு சிறுகுடியில் பிறந்தவர். முத்துராஜா கீலப்பட்டியில் பிறந்தவர். இருவரும் நட்புக் கொண்டது பள்ளிக்கூடத்தில். இருவரும் போட்டி போட்டுக்கொண்டு படித்தார்கள். ஆனால், அந்தப் பள்ளிக்கூடத்திற்கு அப்பால் படிக்க அவர்கள் போகவே இல்லை. முத்துராஜாவை நிறுத்தியது போல், சாய்புவையும் நிறுத்தினார்கள். பள்ளிக்கூடத்தை விட்டு நின்ற மறுநாளே சாய்பு மண்ணச்சநல்லூர் அரிசிக்கடைக்குப் போனார். முத்துராஜா ஊரிலேயே அப்பாவின் பின்னே போய் விவசாயி ஆனார். பள்ளிக்கூட வாத்தியார் இரு வீடுகளுக்கும் போய் ‘மேலே படிக்க வைங்க’ என்று கெஞ்சியும் அவர்கள் பெற்றோர் மனம் மாறவில்லை.

முத்துராஜாவிற்கோ, மேலே படிக்க முடியவில்லையே என்ற கவலையைவிட, சாய்பு, கடைக்குப் போனதுதான் கவலையைக் கொடுத்தது. இனி அவரை எப்படி பகலில் பார்ப்பது? சாய்புவுக்கும் இதே கவலைதான். ஒரு நாள் இரவு முத்துராஜா வீட்டிற்கு வந்த சாய்பு, "நா தெனம் கடேசி பஸ்ஸிலதான் வருவேன். பஸ் ஸ்டாப்புல வந்து நின்னா ரெண்டு பேரும் கொஞ்ச நேரம் பேசலாமே!" என்று சொல்லிவிட்டுப் போனார்.

அன்றிலிருந்து தினமும் சைக்கிள் எடுத்துக்கொண்டு கீலப்பட்டியில் இருந்து சிறுகுடிக்கு வருவார் முத்துராஜா. கடைசி பஸ் வண்டி வந்ததும் புளியமரத்தடியில் நின்று பேசிவிட்டுப் போவார்கள். தினமும் சாய்பு காலை தினத்தந்தியும், மாலை முரசும் கொண்டு வருவார். முத்துராஜா அதை வாங்கி எடுத்துக்கொண்டு போய்ப் படித்துவிட்டு, அடுத்த நாள் திருப்பிக் கொடுப்பார். இதனால், சாய்பு வீட்டிற்கு முதல்நாள் பேப்பர் மறுநாள் போகும்.

சாய்பு பல தடவை முத்துராஜாவை மண்ணச்சநல்லூர் அரிசிக் கடை வேலைக்குக் கூப்பிட்டார். ஆனால் முத்துராஜாவை அனுப்ப அவர் அப்பா சம்மதிக்கவில்லை. 'சொந்த நிலத்தில் உழுவது அரசனுக்கு ஒப்பான வேலை. இன்னொருத்தர் கடையில் கைகட்டி வேலை செய்வது அடிமைக்கு ஒப்பான வேலை' என்பது அவரின் சித்தாந்தம்.

காலம் கரைந்தது. ஒரு நாள் சாய்பு மண்ணச்சநல்லூரில் இடம் வாங்கி, 'புது ரைஸ் மில் கட்டப்போறோம் வா' என்று முத்துராஜாவை அழைத்தார். முத்துராஜா அப்பாவோடு மண்ணச்சநல்லூர் போனார். திருவெள்ளறையில் இருந்து மண்ணச்சநல்லூர் போகிற துறையூர் நெடுஞ்சாலையில் வீதியோரத்து மேட்டுக்காட்டை வெட்டி அரிசி ஆலை கட்ட அடிக்கல் வைத்தார்கள். மாதங்கள் ஓடின. அரிசி ஆலைத் திறப்பு விழாவுக்கு முத்துராஜா குடும்பத்தையே அழைத்தார் சாய்பு.

முத்துராஜா குடும்பமே சாய்புவின் அரிசி ஆலைத் திறப்பு விழாவிற்குப் போயிற்று. மேட்டுக்காட்டில் எழுந்து நின்ற கட்டடத்தைப் பார்த்த முத்துராஜாவின் அப்பா, தன்னைத் தானே நொந்தார். மிகப்பெரிய தவறு செய்துவிட்டோம் என வருந்தினார். 'சாய்பு கூப்பிட்டபோது மகனை அனுப்பியிருந்தால்

அவனாவது முன்னேறியிருப்பான். அநியாயமாக மகனின் எதிர்காலத்திற்கு நாமே கொள்ளி வைத்துவிட்டோமே!' எனக் கலங்கினார். அந்தக் கவலையே அவர் உயிரைச் சில மாதங்களில் பறித்தது. அதன் பிறகு முத்துராஜா முழுநேர விவசாயி ஆனார்.

இன்றைக்கு சாய்பு வசதி படைத்தவர். சிறுகுடியில் கட்டப்போகிற பள்ளிவாசலுக்கு முப்பதாயிரம் கொடுத்திருக்கிறார். அதே ஊரில் கட்டி முடிக்கப்பட்ட அம்மன் கோயிலுக்குக் கேட்காமலே ஐந்தாயிரம் கொடுத்திருக்கிறார். அவர் மகன் அரிசி ஆலையைக் கவனிக்க, அவர் ஊரிலேயே இருந்துவிட்டார். பொழுது போகாமல் இருக்க சிறுகுடியில் ஒரு மளிகைக்கடை, டெலிபோன் பூத் என்பன வைத்திருந்தார்.

சைக்கிளில் போகிற சாய்புவைப் பார்த்தபோது, சைக்கிளின் சக்கரங்கள் உருளுவதைப் போல் நினைவுகள் உருண்டு நின்றன.

*

கயிற்றுக் கட்டிலில் படுத்துக்கொண்டு யோசித்தார் முத்துராஜா. பக்கத்துக் கட்டிலில் செந்தில் படுத்திருந்தான். ஆட்டின் அருகே படுப்பேன் என்ற அவனைச் சமாதானம் செய்து கட்டிலுக்கு அழைத்து வந்தார் அவர். செந்தில் எதுவும் பேசவில்லை. கண்களை மூடிக்கொண்டு கிடந்தான் அவன்... கோயிலில் நடந்த கிடா வெட்டைப் பார்த்ததில் இருந்து அவன் அவரோடு முன்பு போல் பேசுவதில்லை. கதை சொல்லச் சொல்வதும் இல்லை. தானாகப் போய்ப் பேசவும் ஒரு தயக்கம் இருந்தது அவருக்கு.

முத்துராஜா கண்களை மூடி மூடித் திறந்தார். பிறகு ஆகாயத்தையே பார்த்தார். ஆகாயத்தில் நட்சத்திரங்கள் மிதந்தன. எண்ணிப் பார்த்தார். ஆனால், எண்ண முடியவில்லை. புதிது புதிதாக நட்சத்திரங்கள் முளைப்பது போல் இருந்தன. அவற்றில் புதிதாகக் கண்டு பிடிக்கப்பட்டதாகச் சொல்லப்படுகிற பத்தாவது கிரகமும் இருக்கலாம்.

வெளியே பாட்டுக்காரப் பொன்னம்மா திண்ணையில் இருந்து பாடுகிற சத்தம் கேட்டது.

“சூரியன் வருவது யாரால?
சந்திரன் தெரிவது எதனால?
மனிதன் பிறப்பது எவரால? - பிரபஞ்ச
மாய மந்திரம் அதனால!
மூச்சு விடுவது எதனால?
பேச்சு வருவது எவரால?
பிறப்பதும் இறப்பதும் எதனால? - படைச்சவன்
மாய மந்திரத்தால!

பிறப்பு அறுப்பது ஆசையால - மறுபடியும்
பிறப்பது ஆசையால
ஆசை மறுத்தவன் ஆகாயத்தில
ஆசை விதைத்தவன் கர்ப்பத்தில!
ஆச விட்டவன் யாருடா?
அல்லும் பகலும் ஆசடா
மண்ணாசை, பொன்னாசை
பெண்ணாசை மூணுடா - அந்த
மூணையும் விட்ட
முழு மனுசன் யாருடா?

பள்ளிக்கூடப் பக்கமே கால் வைக்காத பொன்னம்மாவினால் இவ்வளவு ஆழமான தத்துவத்தோடு எப்படிப் பாட முடிகிறது? என்று எண்ணிக் கொண்டே சிறிது நேரத்தில் தூங்கினார்.

இருட்டைப் பின்வாங்க வைத்த சூரிய வெளிச்சம் அதிகாலையிலேயே சுதந்திரமாய் வீட்டுக்குள்ளே பரவியது. அந்த வீட்டுக்குப் பக்கத்தில் இருந்த வேப்பமரத்தில் உட்கார்ந்திருந்த பறவைகளின் சத்தம் வழக்கம்போல் கேட்டது. ஒரு காகம் சில விநாடி கரைந்துவிட்டுத் தவறுதலாக அந்த வீட்டில் வந்து கரைந்தது போல் எண்ணிக்கொண்டு வேறு எங்கோ பறந்தது. முதல் ஆளாய் எழுந்த முத்துராஜா, வீட்டில் ஏற்கனவே ஒடித்து வைத்திருந்த வேப்பம் குச்சியோடு வயற்காட்டை நோக்கிப் போவதற்காக வாசல் கதவைத் திறந்து வெளியே வந்தார்.

வெளியே திண்ணையில் இருந்த பாட்டுக்காரப் பொன்னம்மா எழுந்து “வாங்க சாமி” என்று வணக்கம் செய்தாள். அவளைக் கண்டதும்தான் இரவு அவள் திண்ணையில் இருந்தது நினைவுக்கு வந்தது.

“ராத்திரி ஒன் பாட்டு நல்லா இருந்திச்சி... அதக் கேட்டுக்கிட்டே தூங்கிட்டேன்.. ஆமா, ராத்திரி எங்க போயிட்டு வந்த?”

“தொறையூர் போனேன். கடைசி பஸ்ல சிறுகுடி வந்தேன். அப்பறம் கீலப்பட்டிக்கு வந்து, ஒங்க திண்ணையில தங்கிட்டேன்.”

“தொறையூர்ல என்ன ஜோலி?”

“எல்லாம் குடும்பத் தகராறு சாமி.”

“அப்புடியா? அத அப்புறம் பேசுவோம். நீ எங்கயும் போவாத... நா வயக்காட்டுக்குப் போயிட்டு வர்றேன். நீ நம்ம வீட்டுல பல் விளக்கிட்டு இரு. இங்கயே சாப்புடலாம்” என்ற முத்துராஜா, வீட்டை விட்டு நடந்தார். வீட்டில் ‘கக்கூஸ்’ இருந்தும், அவர் காலையில் வெட்டவெளியில். போய்விட்டு வருவதில்தான் இன்னமும் பிரியம். மகன்கூட, காட்டுக்குப் போகவேண்டாம் என்று சொல்லியும், அவர் கேட்கவில்லை. ‘அம்பது வருசத்துக்கு மேல காட்டுக்குப் போன காலுப்பா... அத ஒடனே மாத்த முடியாது!’ என்று பதில் கொடுத்துவிட்டார்.

பத்து நிமிடங்கள் வேப்பங்குச்சியால் பல்லை விளக்கினார். பல்லை அவர் விளக்குவதே தனிக்கலை. இன்றைக்கும் முத்துப்போல் அவருக்குப் பற்கள் இருக்கின்றன. பல் டாக்டரிடம் அவர் போனதே இல்லை. வேப்பங்குச்சிதான் அவருக்கு டூத் பிரஸ். கடைகளில் விற்கிற டூத் பிரஸ்ஸைத் தொடவே மாட்டார். வேப்பங்குச்சியைப் பார்த்துத்தான் டூத் பிரஸை வெள்ளைக்காரன் கண்டுபிடித்ததாக வேடிக்கையாகச் சொல்வார் அவர்.

முத்துராஜா பல்லை விளக்கிக் காலைக்கடனை முடித்து வயலில் ‘மோட்டார்’ போட்டுக் குளித்துவிட்டு, வீட்டுக்கு வந்தபோது பாட்டுக்காரப் பொன்னம்மாவைக் காணவில்லை. வீட்டுக்குள் போன முத்துராஜா, உள்ளே இருந்த பாண்டியனிடம் ‘பொன்னம்மா போயிட்டாளா?’ என்று கேட்டார். ‘வயலுக்குப் போயிட்டு வர்றேன்னு சொன்னாங்க’ என்றான்.

‘குளிக்கப் போயிருக்கா’ என்று எண்ணிய முத்துராஜா, செந்திலின் ஆட்டைப் பார்த்தார். அது உற்சாகமாக எழுந்து நின்றது.

நெற்றியில் திருநீறைப் பட்டையாகப் பூசிக்கொண்டு வெள்ளைச் சட்டையும், வேட்டியும் உடுத்திக் கையில் சொம்புத் தண்ணீரோடு ‘அப்பாடா’ என்று சொல்லியவாறு முத்துராஜா திண்ணையில் வழக்கம்போல் உட்கார்ந்தார். செந்தில் இன்னமும் எழுந்திருக்கவில்லை. இன்றைக்குப் பள்ளிக்கூடத்திற்கு விடுமுறை என்பதால், எட்டு மணிக்கு மேல்தான் எழுந்திருப்பான். பாண்டியன் திருவெள்ளறைக் கடைக்குப் போவதற்கான வேலைகளைச் செய்தான்.

நெற்றியில் பெரிய வட்டமான குங்குமப் பொட்டுப் பளிச்சிட, பாட்டுக்காரப் பொன்னம்மாள் வந்தாள்.

“வா... பொன்னம்மா... எங்க வராமப் போயிருவியோன்னு நெனச்சேன். வந்துட்ட.... ஒக்காரு...”

திண்ணையில் அவருக்கு எதிர்ப்புறமாக உட்கார்ந்திருந்தாள். உள்ளே இருந்து முத்துராஜாவுக்குக் காபி வந்தது. அதைக்கொண்டு வந்தது அவர் மனைவி.

“பொன்னம்மா காபி குடிக்கிறியா?” என்று முத்துராஜா சொன்னபோது முத்துராஜாவின் மனைவி முகத்தில் திடீரென்று சுருக்கம் உருவானது. ‘இந்தக் காபி என் புருசனுக்குப் போட்டது. இதை அவளுக்குக் குடுக்கலாமா?’

“இத நீங்க குடிங்க. பொன்னம்மாவுக்குக் கொண்டாறேன்!” என்று உள்ளே போனாள். அதைக் கண்ட பொன்னம்மாள் சிரித்தாள்.

“சாமிக்கு ஊத்தின காபிய நா குடிச்சிடுவேனு அக்கா போறாங்க. அதான் சிரிச்சேன்!”

“அதில என்ன சிரிக்க இருக்கு? எல்லாக் காபியும் ஒன்னுதானே” என்றார் முத்துராஜா.

“அதெப்படி சாமி ஒன்னாகும்? புருசனுக்குப் பொஞ்சாதி கலக்கிற காபியில விசேசம் இருக்கு சாமி! அது எனக்கும் தெரியும். நானும் என் புருசனுக்குக் கலக்கிக் குடுத்தவதான்!”

முத்துராஜா அதற்கு “எனக்கென்னவோ அப்புடி ஏதும் இருக்கிற மாதிரித் தெரியல. காமாச்சியத்தான் கேக்கணும்” என்றார். காமாட்சி அவர் மனைவி.

“இந்தப் புருசன்மார்களே இப்படித்தான். பொண்டாட்டிமாருக காட்டுற அக்கறை, ஆதரவ புரிஞ்சிக்கிறதே இல்ல” என்று பொன்னம்மா சொன்னபோது காமாட்சி காபித் தம்ளரோடு வந்தாள்.

“அப்புடிச் சொல்லு பொன்னம்மா... அத இன்னொரு தரம் அடிச்சிச் சொல்லு. எத்தன பேரு வூட்டுல இருந்தாலும், என்ன பிரச்சன நடந்தாலும், புருசனப் பொண்டாட்டி அக்கறையா கவனிப்பா! இது ஒனக்குப் புரியுது, நம்ம வூட்டுல இத்தன வயசாகியும் புரியலியே!” என்று தன் ஆதங்கத்தைக் கொட்டித் தீர்த்தாள் காமாட்சி.

“நீங்க போயி வேலையப் பாருங்க அக்கா. இது வூட்டுக்கு வூடு இருக்கிறதுதான்!” என்று அந்தப் பேச்சுக்கு ஒரு முற்றுப்புள்ளி வைத்தது போல் முடித்தாள் பொன்னம்மா. காமாட்சி மெலினமாக உள்ளே போகப்போனாள். பிறகு ஏதோ நினைத்தவளாய்த் திரும்பி, “பொன்னம்மா, போயிறாத... சாப்புட்டுப் போ” என்று சொல்லிவிட்டுப் போனாள். முத்துராஜா காபி குடித்துவிட்டுப் பேசினார். “ஏதோ குடும்பப் பிரச்சனைன்னு சொன்னியே, என்ன பிரச்சனை?”

“அதுவா சாமி?” என்ற பொன்னம்மா அந்தக் கதையைச் சொல்லத் தொடங்கினாள்.

“தொறையூர்ல புரோக்கர் ரெங்கசாமி போன்ல நேத்துக் கூப்பிட்டாப்புல. காத்தாலயே போனேன். ரெங்கசாமி வூடே செத்த ஆடு மாதிரி இருந்துச்சி. யாரும் சாகல. ஆனா, எல்லாருட்டு மூஞ்சியும் செத்துக் கெடந்திச்சி. என்னான்னு கேட்டா, அந்தப் பாவத்த வாயால சொல்றதானு ரெங்கசாமி அழுதான். அப்பறம் அவனத் தேத்திச் சொல்லுப்பானு சொன்னதும் கதயச் சொன்னான்” என்று நிறுத்தியபோது வந்த காமாட்சியும் கதை கேட்க உட்கார்ந்தாள்.

பொன்னம்மா கதையைச் சொன்னாள். “ரெங்கசாமிக்கு ரெண்டு பொண்ணுக. மூத்த பொண்ணுக்கு இருபத்திரெண்டு வயசு. ரெண்டாவதுக்கு இருபது வயது. மூத்த பொண்ணுக்கு மாப்புள்ள கெடைக்கல்ல.

“ஏன்?” என்று கேட்டாள் காமாட்சி.

“மூத்தது அம்மா மாதிரி கருப்பு. அது கருப்பா இருந்ததுனால பாக்கிற மாப்புள்ள எல்லாம் பொண்ணு புடிக்கலேனு சொல்லிட்டாங்க. அப்பறம் எப்புடியோ ஒரு மாப்புள்ளையப் புடிச்சிப் பத்தாயிரம் ரூபா பணத்தக் குடுத்து மூத்த பொண்ணுக்குக் கல்யாணத்த முடிச்சாங்க. மாப்பிள்ளக்கி வயசு முப்பத்தைஞ்சி. ஆனா, கையில காசுக்குப் பஞ்சம் இல்ல. திருச்சியில என்னமோ கான்ராக்ட் வேலயாம். வசதியான வீட்ட வாடகைக்குப் புடிச்சி இருந்தான். அக்காவப் பாக்கப்போன தங்கச்சி அங்கயே இருந்திருக்கா. தங்கச்சி அழகா இருப்பா! திடீர்னு ஒரு நா அக்கா புருசன் அக்காவ வுட்டுட்டுத் தங்கச்சியக் கூட்டிகிட்டு ஓடிட்டான். அக்கா வவுத்தில மூணு மாசம்!”

கதையை நிறுத்தினாள். ஒரு நீண்ட மௌனம் அங்கு நிலவியது. பொன்னம்மாவே அந்த மௌனத்தைக் கலைத்தாள். "ரெங்கசாமி என்ன செய்யிறதுன்னு கேட்டான். நா நல்லா யோசிச்சிட்டுச் சொன்னேன். அக்காவும் தங்கச்சியும் ஒன்னா வாழ வேண்டியதுதான். வேற வழி இல்ல! அக்கா மட்டும்தான் அவனுக்குப் பொண்டாட்டின்னா ஒன் மூத்த மக வாழாவெட்டியா இருப்பா. ரெண்டு பேரையும் அவன் பொண்டாட்டியாக்கினா ஒனக்குப் பிரச்சன இல்ல. இந்த விசயத்தில மருமகன ஏத்துக்கத் தயாராயிட்டான். ஆனா, மருமகனையும், சின்னப் பொண்ணையும் பாக்க முடியல."

முத்துராஜா சிறிது நேரம் மௌனமாக இருந்துவிட்டுப் பேசினார். "காலம் கெட்டுப் போச்சி... பொன்னம்மா... இல்லேனா இப்புடி நடக்குமா? ஆனா, நீ சொன்னது சரியான யோசன. இத வுட்டு வேற முடிவு எடுத்தா ஒருத்தர் வாழ்க்கையே போயிரும்!"

சாப்பிட உள்ளே போனாள் பொன்னம்மா. கீழே உட்கார்ந்த அவள் பாடத் தொடங்கினாள்...

"பொண்ணுன்னா மண்ணும் குலுங்கும்
மண்ணே பொண்ணுன்னா
ஆகாசமே குலுங்கும்!
ஆகாசம் பொண்ணுன்னா
அண்டமே குலுங்கும்! இந்த
மனுசன் குலுங்க
மந்திரம் வேணுமா?"

பாடி முடித்துவிட்டுச் சாப்பிடத் தொடங்கினாள் பொன்னம்மா.

சிறுகுடி எல்லையம்மன் கோயிலருகே இருக்கிற வேப்ப மரத்தை ஒட்டிய மைதானத்தில் செந்தில் அவனோடு பள்ளியில் படிக்கிற மாணவர்களுடன் விளையாடிக் கொண்டிருந்தான். அவனோடு வந்த ஆடு, வேப்ப மரத்தடியில் உட்கார்ந்து இலைகளைச் சாப்பிட்டுக் கொண்டிருந்தது. ஒவ்வொரு ஞாயிறும் செந்தில் சிறுகுடிக்கு விளையாட வந்துவிடுவான். கீலப்பட்டியில் விளையாட மைதானமும் நண்பர்களும் அவனுக்கு இல்லை.

அவர்கள் ஓடிப்பிடித்து விளையாடினார்கள். முதலில் ஒருத்தரை ஒருத்தர் துரத்திப் பிடித்து விளையாடினார்கள். பிறகு ஒருத்தர் மறைய, மற்றவர்கள் தேடினார்கள். செந்தில் இரண்டிலும் எப்போதும் வெல்பவன். இது அவர்களோடு விளையாட வந்த குமாருக்குப் பிடிக்காது. அவன் செந்தில் வயதுக்காரன். ஆனால் விபரீத எண்ணம் கொண்டவன். கூடப் படிக்கும் பெண் பிள்ளைகளைக் கிண்டல் அடிப்பான். கேலி பேசுவான். அவன் மறைந்து கொள்ள வேண்டும். செந்தில் தேட வேண்டும். செந்தில் கண்களை மூடினான்.

எங்கே மறைவது என்று யோசித்தான் குமார். கோயிலில் மறைந்தால் கண்டுபிடித்து விடுவான். பிறகு பக்கத்தில் இருந்த ஒரு வீட்டுக்குப் பின்னால் குளிக்கிற இடம் இருந்தது. தென்னோலையால் மறைக்கப்பட்டது. அங்கு போனால் தெரியாது. குமார் உள்ளே போனான். பிறகு, "செந்தீ, கண்டுபுடி" என்று சத்தம் கொடுத்தான் குமார். செந்தில் கண்களைத் திறந்தான். ஒரு விநாடி யோசித்தான். எங்கே போயிருப்பான்? கோயிலில் இல்லை. மெள்ள நடந்து போய் அங்கும் இங்கும் தேடினான். காணவில்லை. வெகு நேரத்திற்குப் பிறகு "கண்டு புடிக்க முடியல குமார்" என்று கத்தினான் அவன்.

குமார் குளியல் மறைவை விட்டு வெளியே வந்தான். அந்த நேரத்தில் "இங்க என்னடா செய்றீங்க? பொண்டுக குளிக்கிற எடத்தில?" என்று சொல்லிக்கொண்டு வெள்ளைக் கிழவி குளிக்கப் போனாள். வெள்ளை நிற உடலும், வெள்ளை நிற முடியும் அவளை 'வெள்ளைக் கிழவி' ஆக்கியது.

"ஒன்னுமில்ல பாட்டி, வெளையாடுறோம்" என்ற குமார், அப்படியே நின்று அவனை அழைத்தான். "செந்தீ, நீ இன்னைக்குத் தோத்துட்ட. ஆனா, அதப் பெருசா எடுத்துக்காத. அதவிட ஒரு பெரிய விசயம் இருக்கு. வா, சொல்றேன்..."

செந்தில், குமார் அருகே போனான்... குமார் அவன் காதில் 'கிசுகிசு'த்தான். "வெள்ளக்கிழவி குளிக்கப் போவுது... போய்ப் பாப்பம்டா..."

செந்தில் அவன் சொன்னதைக் கேட்டதும், "ஐயய்யோ, நா வர மாட்டேன்" என்று சொல்லிவிட்டு, அவ்விடத்தை விட்டு ஓடிவிட்டான். குமார் அங்கிருந்து போகாமல் குளிக்கிற மறைவின் வெளிப்பக்கம் நின்று ஓலையைக் கையால் விலக்கி,

சிறு ஓட்டை வழியே பார்த்தான். உள்ளே வெள்ளைக்கிழவி பாவாடையை மார்போடு கட்டிக்கொண்டு குளித்தாள். அவள் மார்பு அறைகுறையாயத் தெரிந்தது அவனுக்கு.

அப்போது குளிக்க வந்த இன்னொரு கிழவி, மெள்ளமாய்க் குமாரின் பின்பக்கம் போய் அவனைப் பிடித்துக் கொண்டாள். கிழவியின் பிடியிலிருந்து நழுவ முடியாமல் தவித்தான் குமார்.

"யாரு குளிக்கிறது? வெளிய வா" என்றாள் கிழவி. வெள்ளைக் கிழவி வெளியே வந்தாள்...

*

தலையில் இருந்து தண்ணீர் சொட்டுச் சொட்டாய் வடிய, வெள்ளைக்கிழவி மார்பு வரை கட்டிய பாவாடையோடு வெளியே வந்து, 'என்ன எதுக்குக் கூப்பிட்ட?' என்பது போல் பார்த்தாள். அவள் பார்வையை எதிர்கொண்ட மற்ற கிழவி, "நீ குளிக்கிறத இந்தப் பய திருட்டுத்தனமாப் பாத்துகிட்டு இருந்தான். இவன் என்னென்ன பாத்தானோ! நீ எதுவும் தெரியாமக் குளிச்சிட்டு இருந்த" என்று கோபமாய்ப் பேசினாள்.

ஆனால் வெள்ளைக்கிழவி கோபப்படாமல், "டேய்... நா குளிக்கிறதத் திருட்டுத்தனமாப் பாத்தியா? நா ஒனக்குப் பாட்டிடா... வா பேராண்டி, பால் குடிக்க" என்று சொல்லிக்கொண்டே குமாரை நெருங்கினாள். அவனுக்கு எங்கிருந்துதான் வேகம் வந்ததோ, கிழவியின் பிடியிலிருந்து தன்னை விடுவித்துக் கொண்டு ஓடினான்.

"பய ஓடிட்டானே!" என்று கவலைப்பட்டாள் மற்ற கிழவி.

"ஓடட்டும்... அவனப் புடிச்சி என்ன செய்ய? ஏதோ ஒரு ஆசயில பய பாத்திட்டான்... வுடு" என்ற வெள்ளைக்கிழவி, எதையோ நினைத்துச் சிரித்தாள். அவளின் சிரிப்பு மற்ற கிழவிக்கு ஆச்சரியத்தைக் கொடுத்தது.

"ஏன் சிரிக்கிற?"

"சிரிக்காம அழவா? நா என்னைக்கி வயசுக்கு வந்தனோ, அன்னையில இருந்து பசங்க திருட்டுத் தனமா என்னப் பாத்தானுக. இப்பப் பேரன்,

பேத்தியப் பாத்துக் கெழவியா இருக்கிறப்பவும் வாண்டுப்பயலுக பாக்கிறானுக. அத நெனச்சேன்... சிரிச்சேன்..."

"ஆமா, நீ வெள்ளையா இருக்க. அதான் பாக்கிறானுக. என்ன மாதிரிக் கருப்பா இருந்தா எவன் பாப்பான்?"

"ஏன், ஒன் புருசன் பாப்பான் இல்ல!"

"இந்தக் குசும்புதானே வேணாங்கிறது! வா... வா... குளிப்பம். நீயும் அரைகுறையாக் குளிச்சிட்டு ரொம்ப நேரம் நின்னுட்ட வா..."

இருவரும் குளிக்க அந்தக் கிணற்றடிக்குப் போனார்கள். அது பெண்கள் மட்டுமே குளிக்கிற பொதுக்கிணறு. அதில் தண்ணீரை இறைச்சிக் குளிக்கக் கீலப்பட்டி, வலையூர் ஆகிய ஊர்களிலிருந்து பெண்கள் வருவார்கள்.

குமார் செந்திலிடம் நடந்ததைச் சொன்னான். அதைக் கேட்டுச் செந்தில் பயந்துவிட்டான். "நா ஒனக்கு அப்பவே சொன்னேன். கேக்கல."

"விளையாட்டுக்குச் செஞ்சேன்டா" என்ற குமாருக்கு, தான் திருட்டுத்தனமாய்ப் பார்த்ததை வீட்டில் சொல்லிவிடுவார்களோ என்ற பயம் வந்தது. என்ன செய்வதென்று தெரியாமல் தவித்தான். பிறகு அவன், "வூட்டுக்குப் போயிருவோம்" என்று சொல்லிவிட்டு நடந்தான். அப்போது அவனை ஒருவர் எதிர்கொண்டார். அவர் முகத்தைப் பார்த்தான். பெரிய மீசையோடு இருந்தார்.

"ஏன்டா இதில யார்றா குமாரு?" என்று அந்த மீசை கேட்டபோது, குமார் தயங்கி நின்றான். ஆனால் செந்தில் "இவன்தான் குமாரு" என்று சொன்னான்.

"நீதான் குமாரா? வெள்ளைக்கெழவி குளிச்சதத் திருட்டுத்தனமாப் பாத்தியாமே! மொளைச்சி மூணு எல வுடல்ல... ஒனக்கு ஏன் இந்த வேல? நா யாரு தெரியுமா? ரிடையர் போலீஸ். ஆனா, இப்பவும் எனக்கு ரைட்ஸ் இருக்கு ஒன்ன ஜெயில்ல போட..." என்று குமாரைப் பிடித்து முதுகில் அடித்தார். அடி வாங்கிய அவன் வலி தாங்காமல் அழுதான்.

"இனிமே இந்த வேல பண்ணினே, பாத்துக்க... அந்த வெள்ளக்கெழவி யார் தெரியுமா? என் பொண்டாட்டி" என்று அந்த மீசை சொன்னபோது நடுங்கிப் போன குமார்,

அழுது கொண்டே ஓடினான். அவன் ஓடியதும் செந்திலைக் கோபத்தோடு பார்த்தது மீசை.

"நீயும் அவனோட சேந்த கோஷ்டியா?"

"அவன்தான் பாத்தான். நா வேணானுதான் சொன்னேன். அவன் கேக்கல்ல" என்ற செந்தில், மீசையின் பதிலைக்கூட எதிர்பார்க்காமல் கீலப்பட்டியை நோக்கி நடக்கத் தொடங்கினான். அவனோடு ஆடும் நடந்தது.

முத்துராஜா வீட்டுக்கு இடதுபுறம் இருக்கும் வேப்ப மரத்தடியில் கயிற்றுக் கட்டிலைப் போட்டு உட்கார்ந்து கொண்டு யோசித்தார். பகல் சாப்பாட்டிற்குப் பிறகு இந்தக் கயிற்றுக் கட்டிலில் இருந்துவிட்டுப் பிறகு தூங்குவது அவரின் வழக்கம். வேப்ப மரத்தைப் பார்த்தார், நெருப்பாய் வெயில் கொளுத்தியபோதும் வேப்பமரம் பசுமையாக இருப்பதோடு, அதன் நிழல் இதமாக இருப்பது அவரின் சிந்தனைக்குள் சுழன்றது.

அந்த மரம் அவரின் தாத்தா வைத்தது. அவர் அந்த மரத்தை நட்டபோது முத்துராஜா சின்னப்பையன். செந்திலைப் போல் இருப்பார். அவரை 'ராசா' என்று கூப்பிடுவார். அதை வேடிக்கையாகச் சொல்வார்... "நாங்க ராசா இல்ல. ராச பரம்பரையும் இல்ல. பேர்லயாவது ராசாவா இருப்போமே!" என்று. அவருக்கு நன்றாக நினைவு இருந்தது. தாத்தா வேப்ப மரத்தை நடும்போது அவர் அவரோடுதான் இருந்தார்.

அது மழை பெய்கிற காலம். வீட்டுக்குப் பக்கத்தில் நிழலாக இருக்கட்டும் என்று ஒரு வேப்ப மரக்கன்றை நட்டார். அப்போது அவர் சொன்னது இப்போதும் அவர் காதில் ஒலித்தது போல் இருந்தது. 'மனுசன் அவன் யாரா இருந்தாலும் அவன் வாழ்க்கையில ஒரு மரம்கூட நட்டு வைக்கலேன்னா அவன் மனுசனே இல்ல!'

தாத்தாவின் வார்த்தைகளின் அர்த்தம் முழுமையாக அந்த வயதில் புரியாவிட்டாலும் தாத்தாவோடு சேர்ந்து அந்த மரத்திற்குத் தண்ணீர் ஊற்றியிருக்கிறார். இன்றைக்குத் தாத்தாவாக இருக்கிற அவருக்குத் தாத்தா இல்லை. ஆனால், அந்த வேப்ப மரத்தைப் பார்க்கிறபோது அவருக்கு எப்போதும் தாத்தாவின் நினைவுதான் வரும். அவரை நினைப்பதோடு நிற்காமல் அவர் பல மரங்களை நட்டிருக்கிறார்.

மெல்லிய நீல நிறத்தில் ஆகாயம் விரிந்து கிடந்தது. ஒரு பறவையைக்கூடக் காணவில்லை. வெயிலின் வெளிச்சம் வியாபித்துக் கிடந்தது. வேப்ப மர நிழல், வெப்பத்தைத் தன் எல்லைக்குள் இல்லாது விரட்டியது. வெறுமனே தூங்காது கண்களை மூடிப் படுத்திருந்தார் முத்துராஜா. செந்தில் பள்ளிக்கூடம் போய்விட்டான். ஆடு வீட்டின் உள்ளே நின்றது. ஆடு, குட்டி என்ற நிலையில் இருந்து கெடாவாக நின்றது. காயடித்ததற்குப் பிறகு சதை போட்டிருந்தது அது. நேர்த்திக்குக் காவு கொடுக்கிற வயது. முடிவு அவர்தான் செய்ய வேண்டும். ஆனால், செந்திலை நினைத்தால் அவருக்குக் 'கிடாவை வெட்ட விடுவானா?' என்ற எண்ணமே தலைதூக்கி நின்றது. அவனிடம் அதுபற்றிப் பேச முடியும் என்று அவர் நம்பவில்லை. என்ன செய்வதென்று தெரியாமல் தவித்தார் அவர்.

தூரத்தில் மண்பாதையில் டூவீலர் ஒன்று வருகிற சத்தம் கேட்டது. பிறகு நெருக்கமாகக் கேட்டது. முத்துராஜா கயிற்றுக் கட்டிலில் எழுந்து உட்கார்ந்தார். டூவீலர் வேப்ப மரத்தடிக்கே வந்தது. டூவீலரை நிறுத்திவிட்டு வந்தான் சோழி ராமசாமி. வழுக்கையை மறைத்தும், மறைக்காத தலைமுடி. இரு பக்கமும் வளைந்த தடிப்பான மீசை. பெரிய கண் விழிகள்... வேட்டி சட்டையில் ஆளைப் பார்க்க எடுப்பாக இருந்தான்.

தலையில் கட்டியிருந்த தலைப்பாகை வேட்டியை அவிழ்த்து உதறிவிட்டு, அதைத் தோளில் போட்டுக்கொண்டு முத்துராஜா அருகில் வந்தான்.

"சோழியா, வா,"

இருவருக்கும் ஒரே வயது. சின்ன வயதில் 'வாடா, போடா' என்று அழைத்துக்கொண்டது ஒரு நட்புறவில். இப்போது வாப்பா என்று அழைப்பது வயதின் மூப்புக் காரணமாக.

"சோழின்னு சொல்லாத. ராமசாமின்னு கூப்பிடு..." என்றான் சிறிது கோபமாக சோழி ராமசாமி.

முத்துராஜா புன்னகைத்தார். "நீ சொல்றது சரிதான்யா! ஆனா, உன்னப் பாத்ததும் சோழிதான் மொத ஞாபகத்துக்கு வருது. கோவிக்காத. ஒரு உரிமையோட கூப்புட்டேன்."

ராமசாமி அதற்குப் பதில் பேசாது கயிற்றுக் கட்டிலில் முத்துராஜாவின் எதிர்ப்புறம் உட்கார்ந்தான். முத்துராஜா ஒரு

விநாடி ராமசாமியை உற்றுப் பார்த்தார். அவர் நெஞ்சுக்குள் மின்னல் வெட்டி மறையும் நேரத்தில் எண்ணங்கள் ஓடின.

ராமசாமி அப்பா கந்தசாமி சோதிடம் பார்ப்பவர். பரம்பரை சோதிடம் அல்ல. திருவிழாவில் சாமி வந்து ஆடியதில் சோதிடராக மாறியவர். அவரோடு இருந்தவன் ராமசாமி. அவனுக்கு 'சாமி' வரவில்லை. ஆனால், சோழிகளைக் குலுக்கிப்போட்டு பேசினான். தொடக்கத்தில் அவன் சொன்ன வார்த்தை சரியாக இருந்தது. அதற்குப் பிறகு சோழி போட்டுப் பார்க்கத் தொடங்கினான். பிறகு அதுவே அவனுக்குப் பட்டப் பெயராகி, அவனை 'சோழி ராமசாமி' ஆக்கியது.

"பையன் கடைக்குப் போயிட்டானா?"

"ஆமா..."

"பேரன்?"

"அவன் ஸ்கூலுக்குப் போயிட்டான்..." என்று முத்துராஜா சொன்னபோது, வீட்டுக்குள்ளே இருந்து ஆடு வெளியே வந்தது. அதைப் பார்த்த ராமசாமி, "கோயிலுக்கு வளக்கிற ஆடா?" என்று கேட்டான். அதைக் கேட்ட முத்துராஜா ஆச்சரியத்துடன் "அத எப்படி சரியாச் சொல்ற?" என்று கேட்டதும், ராமசாமி சிரித்துக் கொண்டு சொன்னான்... "நா எத்தன ஆடு, மாடப் பாத்திருக்கேன். கோயிலுக்கு வளக்கிற கெடா தனியாத் தெரியும். ஆமா, எந்தக் கோயிலுக்கு?"

"ஐயனார் கோயிலுக்கு..."

"கெடாயப் பாத்தா காவுக்குச் சரியா இருக்கும் போல இருக்கே!"

"நீ சொல்றது சரிதான் ராமசாமி..." என்ற முத்துராஜா, ஒரு பெருமூச்சு விட்டபிறகு, கவலை ததும்பும் குரலில் பேசத் தொடங்கினார். "மவன் பையன் அதான் ஏன் பேரன் செந்தில் ஆட்டுக்குட்டியோட ஆசயா இருக்கான். அவன் போக்கப் பாத்தா கெடாவ வெட்டவுட மாட்டான் போல இருக்கு!"

ராமசாமி அவரின் வார்த்தைகளை அலட்சியமாக எடுத்ததைப் போல் தன் மீசையை முறுக்கிவிட்டுப் பேசினான்...

"நீ என்னா பேசுற? ஐயனார நெனைச்சிட்டுப் பேசுறியா? ஐயனார் கோயிலுக்கு வெட்ட வளத்த கெடா எப்புடியும்

வெட்டிருவாங்க! நீ அதப்பத்தி யோசிக்காத... கெடாவ வெட்டுற வேலயப் பாரு!"

ராமசாமியின் வார்த்தைகளில் உற்சாகம் ஆன முத்துராஜா, "நல்ல நேரத்துக்கு நீ வந்த... கொஞ்சம் சோழி போட்டுப் பாத்துத் தேதியச் சொல்லு" என்றார்.

இடுப்பில் சுருக்குப் பையில் வைத்திருந்த சோழி முத்துக்களை எடுத்தான் ராமசாமி. பிறகு கட்டிலை விட்டு இறங்கி வேப்பமரத்தடியின் வேறொரு பகுதியில் கீழே உட்கார்ந்தான். அவனைத் தொடர்ந்து முத்துராஜாவும் அவனருகே கீழே உட்கார்ந்தார். கீழே உட்கார்ந்த ராமசாமி, சோழிகளைக் குலுக்கிப்போட ஏதுவாகப் புல் பூண்டுகளைப் பிடுங்கத் தொடங்கினான். அதைப் பார்த்த முத்துராஜா, "சோழி போடணும் இல்ல... இரு வர்றேன்" என்று எழுந்து வீட்டிற்குள்ளே போய் ஓர் ஆள் உட்காரும் அளவுள்ள பலகையைக் கொண்டு வந்து மண்ணிலே வைத்தார்.

ராமசாமி கண்களை மூடிக்கொண்டு, 'கணபதியே! ஆனக் கருப்பே' என தனது குலதெய்வத்தை வேண்டிச் சோழிகளைக் குலுக்கிப் பலகையில் போட்டான். இதழ் விரித்த சோழிகளை எண்ணிப் பார்த்தான். ஏழு வந்தது. ஒற்றைப்படை. திரும்பவும் போட்டான். நாலு வந்தது. இரட்டைப்படை. "நல்லதும் இல்லை, கெட்டதும் இல்லை. இனி நீ கேளுப்பா."

"கெடா வெட்டணும். எந்த மாசத்தில வெட்டலாம். இது சித்திர மாசம். நா வணங்கிற குலதெய்வமே நல்ல மாசத்தக் காட்டு..."

சோழிகளைக் குலுக்கிப் போட்டான். மூன்று வந்தது. "அப்படின்னா இது சித்திர மாசம். அடுத்து வைகாசி... அப்பறம் ஆனி. ஆனி மாசத்தில கெடா வெட்ட வைங்க. ஆனி மாசம் ஞானிக்கும் கெடைக்காது."

"தேதியச் சொல்லுப்பா..."

ராமசாமி மறுபடியும் சோழிகளைக் குலுக்கிப் போட்டான். எண்ணிப் பார்த்தான். இரண்டு வந்தது. "ஆனி மாசத்தில ரெண்டாம் தேதி செய்யலாம்!"

"எல்லாம் நல்லபடியா முடியுமா?"

சோழியைக் குலுக்கிப் போட்டான் ராமசாமி. ஒற்றைப்படை வந்தது.

புருவத்தை உயர்த்திச் சொன்னான் ராமசாமி. "போராடித்தான் நடத்தணும். ஆனா முடிச்சிரலாம்."

"அப்ப ஆனி மாசம் ரெண்டாம் தேதி கெடா வெட்ட வைச்சிரலாம்" என்ற முத்துராஜா, ராமசாமி முகத்தை எதையோ எதிர்பார்ப்பது போல் பார்த்தார். அதனைக் குறிப்பால் உணர்ந்த ராமசாமி, "ஒன்னுக்கும் யோசிக்க வாணாம். எல்லாம் சரியா நடக்கும். பேரன் மனச ஐயனார் சரியான நேரத்தில மாத்துவாரு..." என்று சொன்னதுமே கிடாவே வெட்டப்பட்டதாக நினைத்தார். அவ்வளவு நம்பிக்கை அவருக்கு வந்தது.

இருவரும் மீண்டும் கயிற்றுக் கட்டிலுக்கே வந்து உட்கார்ந்தார்கள்.

முத்துராஜா மெல்ல ராமசாமியின் குடும்பத்துக்குள் நுழைந்து பேசத் தொடங்கினார். "பையன் என்ன செய்றான்?"

"பையனா, அவனுக்கென்னா நல்லா இருக்கான். ஆனா, விவசாயம் வேணாம்னு கட வேலக்கிப் போயிட்டான்..."

"அப்ப, காடு கரை?"

"குத்தகைக்கு வுட்டுட்டேன். இனி விவசாயம் செய்ய மாட்டான் மகன். என்னாலயும் முடியல.."

"இங்க மட்டும் என்னா வாழுதாம். அதே கததான். மகன் கட வைச்சிட்டான். காடு கரயக் குத்தகைக்கு வுட்டுட்டேன். இனிமே நம்ம குடும்பத்தில விவசாயம் பார்க்க ஆளு கெடைக்குமானு தெரியல. நம்ம ஊர்ல பல பேருட்டுப் பையன்க படிச்சிட்டு வெளியல மெட்ராசு, பெங்களூர்னு போயிட்டானுக. பல பேருட்டு வயல்க சும்மாதான் கெடக்குது. வெவசாயத்த மனுசன் மதிக்கல. வெவசாயத்த மனுசன் மதிக்கலேனா நாடு அழிஞ்சி போகும்."

"ஆமா, நீயும் நானும் இதச் சொல்லிகிட்டு இருக்க வேண்டியதுதான். இந்தக் காலத்துப் பசங்க அதப் பத்தியே கவலப்படல்ல!" ராமசாமியின் வார்த்தைகள் கவலையோடு விழுந்தன. ஆனால், முத்துராஜா அதற்கு உறுதியான பதிலைச் சொன்னார்.

“இன்னக்கிக் கவலப்பட மாட்டான். ஆனா, ஒரு நா கவலப்படுவான். அப்ப விவசாய மண்ணத் தேடிப் போவானுக... மண்ணுலதான் வெதைக்க முடியும். ஆகாசத்திலயோ, கம்ப்யூட்டரிலோ வெதைக்க முடியாது. மனுசன் சந்திரனுக்குப் போனான், செவ்வாய்க்கும் போவான். ஆனா, அவன் எங்க போனாலும் மண்ணுல இந்த பூமியிலதான் வெதைக்கணும்! அதனாலதான் பூமியத் தாய்னு சொன்னாங்க!”

ஒரு கிராமத்தில இருக்கிற முத்துராஜா இவ்வளவு விவரமாகப் பேசுறாரே என்று வியந்தான் ராமசாமி. வெயில் கொஞ்சம் கொஞ்சமாக அடங்கியது.

“நா ஓமாந்தூர் வரைக்கும் போவணும். கிளம்பட்டா?” என்று கேட்டான் ராமசாமி.

“இருப்பா, காபியோ, டீயோ குடிச்சிட்டுப் போவலாம்” என்ற முத்துராஜா எழுந்து வீட்டின் உள்ளே போனார். பிறகு வந்தார். அடுத்த பதினைந்து நிமிடங்களில் காமாட்சி டீ தம்ளரோடு வந்தாள். அவளுக்கு ராமசாமியை நன்றாகத் தெரிந்தது.

டீயைக் குடித்த ராமசாமி டூவீலரில் புறப்பட்டான். அப்போது முத்துராஜா காமாட்சியிடம், “கெடா வெட்ட ஆனி மாசம் ரண்டாம் தேதி வைக்கலாம்னு சோழி போட்டுப் பாத்தாச்சி.”

காமாட்சி பதில் பேசாமல் முத்துராஜாவை ஒரு பார்வை பார்த்துவிட்டு எதுவுமே பேசாது மௌனமாக நடந்தாள். அவள் பார்வையில் மறைந்திருக்கும் அர்த்தம் என்ன என்பது அவருக்குப் புரிந்தது.

*

முருகவிலாஸ் பஸ் துறையூர் போன சிறிது நேரத்தில் திருவெள்ளறையிலிருந்து பாண்டியன் டூவீலரில் வந்து இறங்கினான். பிறகு அந்த டூவீலரைத் தள்ளிக்கொண்டு வீட்டிற்குள்ளே போனபோது திண்ணையில் உட்கார்ந்திருந்த முத்துராஜா அவனிடம், "சாப்பிட்டப்பறம் கொஞ்சம் வா, கெடா வெட்டப் பத்திப் பேசணும்" என்று மெதுவாகச் சொன்னார். பாண்டியன் சரியென்பது போல் தலையசைத்தபோது முத்துராஜா... "செந்திலக் கூட்டிட்டு வராத..." என்றார். பாண்டியன் டூவீலரோடு உள்ளே போனான். செந்தில் வீட்டின் உள்ளே அம்மாவோடு இருந்தான்.

முத்துராஜா திண்ணையில் இருந்தவாறு யோசித்தார். 'ராமசாமி சோழி போட்டுப் பார்த்துச் சொன்னபடி கெடா வெட்டு பிரச்சனை இல்லாமல் முடிந்துவிடுமா? செந்தில் கெடா வெட்டச் சம்மதிப்பானா? அவனை எப்படியாவது சம்மதிக்க வைக்க வேண்டுமே!'

பாண்டியன் குளித்துவிட்டு வந்தான்.

"சாப்புட்டியா?"

"இல்லப்பா..."

"சாப்புட்டு வந்திறேன்..."

"உங்களோட பேசிட்டுச் சாப்பிடுறேன்."

"சரி ஒக்காரு."

"இல்ல... நிக்கிறேன்... சொல்லுங்க!"

"செந்தில் எங்க?"

“டி.வி. பாத்துகிட்டிருக்கான்.”

“சரி செந்திலுக்கு மொட்ட போட்டுக் கெடா வெட்டுப் பூச செய்யலாம்னு நெனைக்கிறேன். என்ன சொல்ற?”

“நீங்க முடிவு செஞ்சா சரிப்பா...”

“இருக்கட்டும். ஆனா, உன்னையக் கேக்கணும் இல்ல. செந்தில் எனக்குப் பேரன். உனக்கு மவன். அதான் கேட்டேன். வர்ற ஆனி மாசம் ரெண்டாம் தேதி பூச போடலாம்னு நெனைக்கிறேன். சோழி ராமசாமி சோழி போட்டுச் சொன்ன தேதி. உனக்குச் சரின்னா உன் மாமனாரு குடும்பத்துக்கு, மச்சான்மார், கொழுந்தியா குடும்பத்துக்கு, மற்ற சொந்தக்காரங்களுக்குச் சொல்லிரு. நா நம்ம சொந்தக்காரங்களுக்குச் சொல்லிர்றேன்.”

“சரிப்பா.”

“மத்தத அப்புறம் பாக்கலாம். நீ போயிச் சாப்பிடு...”

பாண்டியன் வீட்டின் உள்ளே போனான்.

முத்துராஜாவின் மனதில் செந்தில் கிடாவை வெட்ட விடுவானா என்ற கேள்வியே திரும்பத் திரும்ப வந்தது.

வீதியில் எவரோ வருவது தெரிந்தது முத்துராஜாவுக்கு. உற்றுப் பார்த்தார். பாட்டுக்காரப் பொன்னம்மா... அவள் அவர் அருகே வந்ததும் வழக்கம் போலக் கும்பிட்டாள்.

“வா... பொன்னம்மா... திடீர்னு இந்த நேரத்தில...” என்று கேட்டார் முத்துராஜா.

“நா பகலே வந்துட்டேன். வீராணியில சாமி கும்பிட்டாங்க. என்னக் கூப்பிட்டாங்க. அத முடிச்சிட்டு வலையூர் போனேன். வலையூர்ல பாட்டுப் பாடக் கூப்பிட்டாங்க. பாடினேன். அங்கயிருந்து ஒருத்தர் என்ன டூவீலர்ல கூட்டிகிட்டு வந்து கீலப்பட்டியில எறக்கிவுட்டாரு. நா இப்ப ஒங்களப் பாத்திட்டு ஓமாந்தூருக்குப் போறேன் சாமி...” என்று தனது பயணத்தை விவரித்தாள்.

“நீ குடுத்து வைச்சவ. எல்லா ஊரையும் சுத்துற...”

“ஊரைச் சுத்தாட்டி ஏன் பொழப்பு நாறுமே!”

“ஆமா, சாப்புட்டியா?”

“சாப்புட்டேன். ஆமா, வூட்டுல ஏதாவது விசேசம் இருக்கா சாமி?”

‘மோப்பம் பிடித்தவள் போல் கேட்கிறாள் இவள். இவளுக்கு எல்லாம் தெரிகிறது. ஏதோ ஒன்று இருக்கிறது’ என்று நினைத்த முத்துராஜா, “பேரனுக்கு முடி வெட்டுக்குத் தேதி குறிச்சாச்சி. ஆனி மாசம் ரெண்டாம் தேதி. ஒனக்குதான் மொத ஆளாச் சொல்றேன். நீ மொத ஆளா வந்திரு. எல்லாம் நல்லபடியா நடக்க சாமிய வேண்டு பொன்னம்மா...”

“சாமிய வேண்டுறேன். முடிவெட்டுக்கும் வந்திர்றேன்... சரி சாமி, எனக்கு நேரமாச்சி... ஓமாந்தூர் போவணும். வர்றேன் சாமி...” என்ற பொன்னம்மா, பாடிக்கொண்டே நடந்தாள்.

“பெரிய பெரிய மனுசன மறந்துபோயி
சின்ன மனுசன் தேதி வைக்கிறான்
என்ன நடக்கும் என்பது இங்கே
எவருக்கும் தெரியாது! - அது
எழுதினவனுக்கே புரியாது!”

அப்பாடலில் அர்த்தம் எதுவுமே புரியாத முத்துராஜா, செந்திலை நினைத்துக் கவலைப்பட்டார்.

கட்டிலில் படுத்துக் கிடந்த முத்துராஜா, மனப்போராட்டத்தின் சுமை தாங்காமல் தவித்தார். முடிவெட்டிக் கிடா வெட்டத் தேதி வைத்தாகிவிட்டது என்று செந்திலிடம் சொல்லலாமா? சொல்லாமல் விடுவதா என்பதில் அவரால் முடிவெடுக்க முடியவில்லை. சொல்லாமல் விட்டால் மற்றவர்களுக்குச் சொல்லி, அது செந்திலின் காதில் விழுந்தால் என்னவாகுமோ? என்பதுவேறு பிரச்சனையாக இருந்தது. இதைவிட நாமே சொல்லிவிட்டால் என்ன என்று யோசித்தார் அவர். ஆனாலும் அவர் எந்த முடிவும் எடுக்க முடியாமல் பக்கத்துக் கட்டிலில் தூங்காமல் இருந்த செந்திலைப் பார்த்தார்.

ஆறு மாதமாய் வெட்டாத தலைமுடி செம்பட்டை பாய்ந்து அடர்த்தியாக வளர்ந்திருந்தது நிலவு வெளிச்சத்தில் தெரிந்தது. இவ்வளவு முடி இருந்தும், பேன், பொடுகு இல்லாதது ஐயனார் அருள் என்றே நினைத்தார் அவர். ‘முடி நிறைய இருந்தா பேன் வரும், தலை பாரமா இருக்கும், சளிப் பிடிக்கும். முடிய ஒட்ட வெட்டுடா’ என்று தன்னிடம் பாட்டி சொன்னது அவருக்கு

நினைவில் வந்தது. அந்தக் காலத்தில் ஒவ்வொரு குடும்பத்திலும் ஒவ்வொரு விதமாய் முடி வெட்டிக் கொள்வார்கள்.

முடி வெட்ட வருகிற நாவிதனுக்குக் குடும்பத்தைப் பார்த்தால், இந்தக் குடும்பத்திற்கு இப்படித்தான் முடி வெட்ட வேண்டும் என்று சொல்லாமல் புரியும். தான் மீசை முளைத்த இளைஞனாக இருந்தபோதுகூட, தன் அப்பாதான் இப்படித்தான் இருக்க வேண்டும், இப்படி வெட்ட வேண்டும் எனத் தீர்மானித்தார். ஆனால், தன் மகனுக்கு இன்று எப்படி முடி வெட்ட வேண்டும் என்று அவர் சொன்னதே இல்லை. அப்படிச் சொல்வதெல்லாம் மாறிப்போய்விட்டது.

மறுபடியும் நிலவு வெளிச்சத்தில் செந்திலைப் பார்த்தார் முத்துராஜா. அடர்ந்த முடியில் பேரன் அழகாகத்தான் இருந்தான். இந்த முடிவெட்டுக்குப் பிறகு எப்போது முடி வளருமோ? யோசித்ததில் ஓர் எண்ணம் பளிச்சிட்டது அவருக்கு. 'இவனைத் திருவெள்ளறைக்குக் கூட்டிப்போய் போட்டோ எடுக்க வேண்டும்!'

'நாளைக்கே போட்டோ எடுக்க வேண்டும் என்று முடிவு செய்த அவர், மெள்ளச் செந்திலோடு பேசத் தொடங்கினார். "செந்தீ... தூங்கிட்டியா?"

"இல்ல தாத்தா..." உற்சாகம் இல்லாமல் பதில் கொடுத்தான் செந்தில்.

"நாளைக்கித் திருவெள்ளறை போயிப் போட்டோ எடுக்கணும்டா..."

"ஏன் தாத்தா?"

கிடா வெட்டைப் பற்றிப் பேசாமல், முடிவெட்டுவதைப் பற்றிப் பேசத் தொடங்கினார்... "ஐயனாரு கோயிலுக்கு முடி எடுக்கிறதுக்கு முந்தி ஞாபகத்துக்கு ஒரு போட்டோ எடுத்து வைக்கணும்பா..." என்ற அவர், "உங்க அப்பா உன்ன மாதிரி முடி வளத்து முடிவெட்ட முன்னம் எடுத்த போட்டோவ, நாளைக்குக் காத்தால ரூம்ல இருக்கு போயிப் பாரு!"

செந்தில் காலையில் எழுந்ததும், முதல் வேலையாகத் தாத்தா சொன்ன அந்தப் போட்டோவைப் பார்த்தான். கருப்பு - வெள்ளைப் படம் தலை நிறைய முடியோடு, வேட்டி,

சட்டையோடு திருநீற்றுப் பட்டை நெற்றியில் மிதக்க, ஒரு பையன் அந்தப் படத்தில் இருந்தான். உற்றுப் பார்த்தால் அவனைப் போலவே இருந்தான்.

“அப்பாவா அது?”

தாத்தாவிடம் போய்க் கேட்டான்... “படத்தில இருக்கிறது அப்பாவா?”

“ஆமாப்பா.”

“என்ன மாதிரி இருக்காரே!”

முத்துராஜாவுக்குச் சிரிப்பு வந்தது. “நீ அப்பன் மாதிரி இருக்கே! அப்பன் உன்ன மாதிரி இருக்கான். ஆனா, நீங்க ரெண்டு பேரும் என்ன மாதிரி இருந்தீங்கன்னு காட்ட ஏன் போட்டோ இல்ல.”

“ஏன் தாத்தா நீ போட்டோ எடுக்கல்ல?”

“நானும் ஐயனாருக்கு முடியெடுக்க ஒன்ன மாதிரியே முடி வளத்தேன். முடி வெட்ட முன்னம் போட்டோ எடுக்க ஏன் ஐயன்... அதான் ஏன் அப்பன், திருச்சி டவுனுக்குக் கூட்டிப்போனாரு. ஸ்டுடியோவில் போட்டோ எடுத்தாரு. பதினைஞ்சு நாள்ல தர்றேன்னு ஸ்டுடியோக்காரன் சொன்னான். ஆனா, கடேசி வரைக்கும் போட்டோவத் தரல்ல...”

செந்தில் முகத்தில் கவலை குடியேறியது. ‘அந்தப் போட்டோ இருந்தால், தாத்தா சின்னப்பையனாக இருந்தபோது எப்படி இருந்தார் என்பதைப் பார்த்திருக்கலாம்.’

“தாத்தா போட்டோவப் பத்தி யோசிக்கிறியா செந்தில்? ஒன்னப் போட்டோ எடுத்தா அது போலவே நா சின்ன வயசில இருந்திருப்பேன். சரி... நாளைக்கு ஸ்கூல் இல்ல. திருவெள்ளறைக்குப் போட்டோ எடுக்கப் போவோம்!”

அடுத்த நாள் காலை பத்து மணிக்கெல்லாம் திருச்சி போகும் பஸ்ஸைப் பிடித்துத் திருவெள்ளறைக்கு முத்துராஜாவும் செந்திலும் போனார்கள். பஸ்ஸைவிட்டு இறங்கியதும் சிறிது தூரம் நடந்த முத்துராஜா, ஒரு டீக்கடைக்குள் நுழைந்தார். இவரைக் கண்டதும் கடைக்காரர் “வாங்க ராசா வாங்க” என்று வாயில் இருக்கிற பல்லையெல்லாம் வெளியே காட்டி

வரவேற்றார். மஞ்சள் காவி படிந்த பெரிய பெரிய பற்கள் அசிங்கமாகத் தெரிந்தன.

முத்துராஜா ஒரு நாற்காலியில் உட்கார்ந்தார். செந்தில் அவருக்குப் பக்கத்தில் உட்கார்ந்தான். கடையில் இரண்டு பேர் டீ குடித்துக் கொண்டிருந்தார்கள்.

"காத்தாலே தாத்தாவும் பேரனும் கிளம்பீட்டாப்புல? கோயிலுக்கா?" கடைக்காரர் கேட்டார்.

"கோயிலுக்குப் போவணும். ஆனா நாங்க இப்ப வந்தது பேரன ஒரு போட்டோ புடிக்க. ஆமா இங்க போட்டோ புடிக்கிற ஸ்டுடியோ இருக்கா?" என்றார் முத்துராஜா.

"இங்க ஒரு ஸ்டுடியோவும் இல்ல. போட்டோ புடிக்கணும்னா தொறையூர் போவணும் இல்லேனா மணச்சநல்லூர் போவணும்..."

"ஆமா... இங்க ஒரு போட்டோ ஸ்டுடியோ இருந்திச்சே!"

"அதா..." என்ற கடைக்காரர் சிரித்துக்கொண்டே, "அந்த ஸ்டுடியோக்காரன் போட்டோ எடுக்க வந்தவளக் கூட்டிகிட்டு ஓடிப்போயிட்டான்! அதுக்குப் பொறகு ஸ்டுடியோ வைக்க வயசுப் பையனுங்க வந்து கேட்டா வாடகைக்கு யாருமே எடம் குடுக்க மாட்டேனுட்டாங்க..."

"அப்படியா? ஸ்டுடியோ இருக்கும்னுல்ல வந்தேன்" என்ற முத்துராஜா யோசித்தார்.

"இதுக்குப் போயி என்னா யோசனை? மொதல்ல டீ, காபி குடிங்க... வட, பச்சி சாப்புடுங்க.. அப்பறம் மண்ணச்சநல்லூருக்குப் போவலாமே... பத்து நிமிசத்துக்கு ஒரு பஸ் இருக்கே!"

முத்துராஜா தன்னைத் தானே நொந்து கொண்டார். 'நா ஒரு வெவரம் கெட்டவன். மகன் பாண்டியனுக்கிட்டக் கேட்டிருக்கலாம். ஸ்டுடியோ இருக்கா, இல்லியானு சொல்லியிருப்பான். கேக்காம வந்துட்டேன். கேட்டிருந்தா மண்ணச்சநல்லூருக்கே நேராப் போயிருக்கலாம்!'

முத்துராஜா எதையோ இழந்தவரைப்போல் இருந்தார். அதைக் கவனித்த டீக்கடைக்காரர், "மண்ணச்சநல்லூர் டில்லிக்குப் பக்கத்திலயா இருக்கு? பத்து நிமிசத்துக்கு ஒரு பஸ் இருக்கு, போவலாம். இதுக்கு என்னா யோசனை?

மாத்தளை சோமு | 109

ஆமா... திருவெள்ளறைக்கு வந்தது வெட்டியாப் போச்சா? திருவெள்ளறையிலதான் சிறீரங்கத்துக்கு முந்தின பெருமாள் இருக்கான். இந்த டீக்கடைப் பெருமாளும் இருக்கேன். ரெண்டு பேரயும் பாக்க வந்ததா நெனச்சுக்கலாமே!"

கடைக்காரப் பெருமாள் விவரமானவன். வார்த்தைகளிலே பந்தல் கட்டும் சித்தன். எவ்வளவு பெரிய கோபக்காரரையும் பேசியே சமாளித்துவிடுவான். கையில் வெறும் பத்தாயிரத்தை வைத்துக் கொண்டு இந்தக் கடையைத் திறந்தவன்!

"திருவெள்ளறையில போட்டோ புடிச்சிட்டுக் கோயிலுக்குப் போலாம்னுதான் நெனச்சேன். ஆனா இன்னைக்குப் போவ முடியுமானு தெரியல. அந்தப் பெருமாளயும் எப்ப வேணும்னாலும் பாக்கலாம். முடியெடுத்திட்டா மொட்டத் தலையத்தான் போட்டோ எடுக்க முடியும்! பெருமாள முடியெடுத்த பின்னும் பாக்கலாமே!"

"பாக்கலாம்... ஏன் இன்னைக்கும் பாக்கலாமே! கோயில் ஒரு மணிக்குத்தான் மூடுவாங்க. இப்பப் போனீங்கன்னா, பெருமாளப் பாத்திட்டு மண்ணச்சநல்லூர் போவலாம். திருவெள்ளறைக்கு வந்திட்டு இந்தப் பெருமாள மட்டும் பாத்திட்டுப் போறது நல்லாயில்ல... ஒலகத்த, ஒங்கள, என்னக் காப்பாத்திறது அந்தப் பெருமாள். அவரப் பாத்திட்டுப் போங்க. நம்ம கடையில சைக்கிள் இருக்கு. அத எடுத்துகிட்டுப் போயிட்டு வாங்க. கோயில்ல நாராயணபட்டர் இருப்பாரு. அவருகிட்ட டீக்கடைப் பெருமாள் சொன்னாருன்னு சொல்லுங்க! பெருமாள நல்லாப் பாக்கலாம்!"

பெருமாளின் வார்த்தைகள் முத்துராஜாவுக்கு இதமாக இருந்தன. பெருமாள் சொன்னது போல் கடைச் சைக்கிளை எடுத்துக்கொண்டு செந்திலை முன்பக்கம் உட்கார வைத்துக்கொண்டு திருவெள்ளறைப் பெருமாள் கோயிலை நோக்கி ஓட்டினார். வயதானதால் மெதுவாகத்தான் அவரால் ஓட்ட முடிந்தது. அவர் மெதுவாக ஓட்டினாலும் அதை அதிசயமாய்ப் பார்த்தான் செந்தில்.

கோவிலருகே போனதும் சைக்கிளை வேப்பமர நிழலில் நிறுத்திப் பூட்டிவிட்டுக் கோயில் கோபுரத்தைப் பார்த்தார். கட்டி முடிக்கப்படாத மொட்டைக் கோபுரம் அவரை வரவேற்பது

போல் நின்றது. எந்த மன்னனோ கட்டி முடிக்க முடியாமல் போன கோபுரம்.

காற்செருப்புகளைப் பூ விற்பவனுக்கருகில் வைத்துவிட்டு அவனிடம் துளசிக் கொழுந்தை வாங்கிக்கொண்டு செந்திலையும் கூட்டிக்கொண்டு கோயிலின் உள்ளே போனார். கோயிலில் கூட்டமே இல்லை. கடைக்காரப் பெருமாள் சொன்ன நாராயணப் பட்டரைத் தேட வேண்டிய தேவையும் இல்லை. அவராக மூலஸ்தானம் சென்று துளசி இலைகளைப் பட்டரிடம் கொடுத்தார். பிறகு செந்திலின் பெயரைச் சொல்லி அர்ச்சனை செய்தார். பட்டர் பெருமாளுக்குத் தீபம் காட்டும்போது முடிவெட்டு எந்தப் பிரச்சனையும் இல்லாமல் நடக்க வேண்டும் என்று வேண்டிக் கொண்டார். பிறகு துளசித் தீர்த்தம் குடித்துவிட்டுக் கோயிலைவிட்டு வெளியே வந்தார்.

காற்செருப்புக்களை முத்துராஜா மாட்டியபோது, "சாமி வணக்கங்க" என்று எவரோ சொல்வது கேட்கவே, திரும்பிப் பார்த்தார். அழைத்தது வலையூர் பச்சைமுத்து. ஒரு வகையில் சொந்தக்காரன்.

செந்தில் முடியைப் பார்த்த பச்சைமுத்து, "பேரனுக்கு முடியெடுக்கணும் போல இருக்கே... அப்படீன்னா கெடா வெட்டு இருக்கா? எப்பப் பூச?" என்று கேட்டுவிட்டான். முத்துராஜா தவித்தார். பக்கத்தில் செந்திலும் இருந்தான். பதில் ஏதும் பேசாமல் செந்திலையே பார்த்தார் அவர். செந்தில் மௌனமாக இருந்தான். ஆனால் அவன் உள்மனம் கிடா வெட்டு மட்டும் நடக்காது. நடக்க விடமாட்டேன் என்று சொல்லிக் கொண்டது.

*

சைக்கிளை நிறுத்திவிட்டுக் கடைக்குள் வந்த முத்துராஜா, துளசி இலையில் கொஞ்சத்தைக் கடைக்காரனிடம் கொடுத்தார். கடைக்காரன் பயபக்தியோடு துளசி இலைகளை வாங்கிக்கொண்டு சொன்னான்... "திருவெள்ளறையில கட வைச்சிருக்கிறதுனால பெருமாள் துளசி தெனம் எப்புடியோ கெடைக்குது!"

முத்துராஜாவும் செந்திலும் நாற்காலியில் உட்கார்ந்தார்கள். முத்துராஜாவுக்கு மனதில் உற்சாகமே இல்லை. பச்சைமுத்து செந்திலின் முன்னே கேட்ட கேள்வி அவருக்குத் தர்மசங்கடத்தைக் கொடுத்துவிட்டது. செந்தில் மௌனமாக இருந்தது அவருக்குள் பல கேள்விகளை எழுப்பியது.

'கிடா வெட்டு இருப்பது செந்திலுக்குத் தெரிந்துவிட்டது. அப்படியானால் கிடா வெட்டை ஏற்றுக் கொண்டானா? அல்லது மௌனமாக எதிர்க்கிறானா? அவனுக்குத் தெரியாமல் எல்லாவற்றையும் செய்யலாம் என்று எண்ணியது வீணாகிவிட்டதா?' என்ற கேள்விகளுக்கு அவருக்குப் பதிலே கிடைக்கவில்லை.

"ஏதோ யோசிக்கறாப்புல இருக்கே?" என்றான் கடைக்காரன். அதற்கு முத்துராஜா, "அதெல்லாம் ஒன்னுமில்ல... நீ காபியப் போடு எனக்கு... பேரனுக்கு சோடா கலர் ஏதாவது குடுப்பா" என்றார்.

"காபி மட்டுமா? ஏதாவது சாப்புடுங்க" என்ற கடைக்காரன், ஒரு தட்டு நிறைய வடை, பச்சி, முறுக்கு எனப் பலவற்றைக் கொண்டு வந்து

வைத்தான். பிறகு அவனே காபி போடப் போனான். அதைப் பார்த்த முத்துராஜா, "ஏம்பா கடையில வேற ஆள் இல்லையா? எல்லா வேலயும் நீயே செய்யிற?" என்று கேட்டார்.

"டீ மாஸ்டர் இன்னைக்கி வரல்ல. பதினொன்னுக்கு மேல ஒருத்தன் வருவான். அவனும் வரலன்னா நாந்தான் எல்லா வேலயும் செய்யணும். இப்பல்லாம் டீக் கடைக்கி வேலக்கி ஆளே கெடைக்க மாட்டேங்குது. எல்லாப் பசங்களும் அலுங்காம, நலுங்காம அழுக்குப் படாம, கால் சட்ட போட்டுக்கிட்டு செய்யிற வேலயத் தேடுரானுக..." என்று பேசிக்கொண்டே காபியைக் கலக்கினான்.

அவனுக்குப் பதில் சொல்வது போல் பேசினார் முத்துராஜா. "டீக்கடைக்கு மட்டுமில்லப்பா, மத்த கடைக்கும் ஏன் வெவசாயம் செய்யவும் ஆளே கெடைக்க மாட்டேங்குது. எல்லாரும் ஆபீஸ் வேல தேடுனா, மத்த வேலய எவன் செய்வான்? எவன் நெல்லுப் போடுவான்?"

கலக்கிய காபியைத் தம்ளரில் ஊற்றி முத்துராஜாவிடம் கொடுத்த கடைக்காரன், வேறு ஒருவருக்கு டீ போடப் போனான்.

முத்துராஜா வடையைப் பிய்த்துச் சாப்பிட்டுக்கொண்டே கடையின் கூரையைப் பார்த்தார். கூரை, கூரையைத் தாங்கும் சுவரெல்லாம் புகை படிந்து போயிருந்தது. ஓடாத பழைய காலத்து மின்விசிறி தொங்கியது. புகை படிந்துபோன பிள்ளையார், சமயபுரம் மாரியம்மன் படங்கள் சுவரில் தொங்கின. கடை தொடங்கும்போது சுண்ணாம்பு அடித்திருக்கலாம்.

செந்தில் முறுக்கை எடுத்துக் கடித்தான். பிறகு சோடா கலரை கிளாசில் ஊற்றிக் குடித்தான்.

கடையை விட்டு வெளியே வந்த முத்துராஜாவும் செந்திலும் பஸ் நிறுத்தும் இடத்திற்குப் போனார்கள். அப்போது செந்தில் கேட்டான், "ஏன் தாத்தா! குடிச்ச காபிக்கு, கலருக்கு, சாப்பிட்டதுக்குக் காசு குடுக்கலியே! மறந்திட்டியா?"

முத்துராஜாவுக்கு அதைக் கேட்டதும் சிரிப்பு வந்தது. சிரித்தார். பிறகு சொன்னார்... "மறக்கல்ல... காசு குடுக்கணும். ஆனா, அந்தக் கடைக்காரன் கடை வைக்க ஆயிரம் ரூபாவ எனக்கிட்ட கடனா வாங்கினான். மூணு வருசமாச்சி... இன்னும்

தரல்ல. கடனக் கேட்டுக் கேட்டுச் சலிச்சுப் போச்சி. வேற வழியில்லாம, திருவெள்ளறைக்கு வர்றப்ப டீ, காபி குடிக்கிறதும், சாப்புடுறதுமா கடனக் கழிக்கிறேன். அப்புடி, இப்புடின்னு இன்னைக்குக் கணக்கு இருபது ரூபாவுக்கு மேல வரும். அது வட்டிக்குக்கூடப் போதாது. என்னா செய்யிறது? சொந்தக்காரன். கஷ்டப்பட்டவன். அதான் பேசாம இருக்கேன்!"

"ஏன் தாத்தா? இத மொதல்லயே சொல்லல்ல... கடையில கேக்கெல்லாம் இருந்திச்சி. கடனுக்குச் சாப்பிட்டிருப்பேனே!"

செந்தில் சொன்னதைக் கேட்டுச் சிரித்தார் முத்துராஜா. பேரன் விபரமாகத்தான் இருக்கிறான் என்ற நினைப்பு நெஞ்சுக்குள் வந்த மறு விநாடி அவரின் சிரிப்புக் காணாமல் போய்விட்டது. இவ்வளவு விபரமாக இருக்கிற பேரன் கிடாவை வெட்டச் சம்மதிப்பானா?

மண்ணச்சநல்லூர் மார்க்கெட்டுக்கு எதிர்ப்புறமாய் இருந்த போட்டோ ஸ்டுடியோவிற்குள் நுழைந்தார் முத்துராஜா. அந்தக் காலத்து நடிகர்கள் முதல், நேற்றைய எம்.ஜி.ஆர்., சிவாஜி, இன்றைய ரஜினி, கமல், விஜயகாந்த், விஜய் உட்படப் பல நடிகர்கள் போட்டோக்களுக்குள் சிறைப்பட்டு ஸ்டுடியோவில் விளம்பரமாய் சுவர்களில் தொங்கினார்கள். அவர்களோடு சில ஆளுங்கட்சி அரசியல்வாதிகள், அமைச்சர்கள் சேர்ந்தே தொங்கினார்கள். இவர்களைப் பார்த்துப் 'போட்டோ' எடுக்க வருவார்கள் என்பது ஸ்டுடியோக்காரரின் எதிர்பார்ப்பு. அவர்களை இந்த ஸ்டுடியோக்காரன் நேரில் பார்த்திருக்கிறானோ, என்னவோ? அவர்களை இவனே போட்டோ எடுத்தது போல் போட்டோக்களை மாட்டியிருக்கிறான்.

ஸ்டுடியோவுக்குள் இருந்த மொட்டைத் தலைக்காரன் இவர்களை வரவேற்றான். இரண்டு நாட்களுக்கு முன்புதான் அவன் மொட்டையடித்திருக்க வேண்டும்.

முத்துராஜா அங்கும் இங்கும் கண்களால் தேடினார்.

"யாரைத் தேடுறீங்க?"

"ஸ்டுடியோக்காரரை."

மொட்டைத்தலையன் சிரித்தான். "என்னப் பாத்தா போட்டோ எடுக்கிறவனாத் தெரியலியா? நாந்தான் ஸ்டுடியோ

சொந்தக்காரன். ரெண்டு நாளைக்கு முன்னம்தான் குலதெய்வம் கோயில்ல கெடா வெட்டி மொட்ட அடிச்சேன்!"

கிடா வெட்டு என்றதும் முத்துராஜா திடுக்கிட்டார். செந்தில் இதைக் கேட்டிருந்தால்? நல்லவேளை அவன் ஸ்டுடியோவுக்குள் சுவர்களில் மாட்டியிருந்த போட்டோக்களைப் பார்த்துக் கொண்டிருந்தான்.

"ஏன் போட்டோவப் பாக்கிறீங்களா?" என்று சுவரில் மாட்டியிருந்த ஒரு போட்டோவைக் காட்டினான். அந்தப் போட்டோ நடிகர் ரஜினியோடு எடுத்தது. ஸ்டுடியோக்காரன் தலையில் நல்ல முடி. முடியில் ரஜினியைவிட அழகாகத்தான் இருந்திருக்கிறான் ஸ்டுடியோக்காரன்.

முத்துராஜா போட்டோவைப் பார்த்தார். இது இவன் ரஜினியோடு நின்று எடுத்த படமா? அல்லது வெட்டி ஒட்டிய படமா? அது வெட்டி ஒட்டியெடுத்த போட்டோ என்பது ஸ்டுடியோக்காரனுக்கு மட்டுமே தெரியும். இது ஒரு வர்த்தக வலை விரிப்பு. இது போல் ரஜினியோடு மட்டுமல்ல, எல்லா நடிகர்களோடும் அரசியல் தலைவர்களோடும் அவன் போட்டோ எடுத்திருக்கிறான்!

"இது ஏன் பேரன். நல்லாப் படம் எடுத்துக் குடுங்க."

"போட்டோ எடுத்தப்புறம் ஏன் பேரனா இவ்வளவு அழகா இருக்கானு பார்ப்பீங்க... வாப்பா" என்ற ஸ்டுடியோக்காரன் செந்திலைக் கூட்டிக்கொண்டு ஓர் அறைக்குள் நுழைந்தான். அவனே செந்தில் தலையைச் சீவினான். முகத்திற்குப் பவுடர் போட்டான். பிறகு அவனைக் காமரா முன் நிற்க வைத்தான். பௌர்ணமி நிலவு போல் ஒளி வீசும் பல்புகளை எரியவிட்டான். பல்புகளின் வெளிச்சம் செந்திலின் கண்களைக் கூச வைத்தது. செந்திலுக்குப் பின்னால் கருத்த நீல நிறத்தில் துணிச்சீலை திரையாகத் தொங்கியது.

"தம்பி... போட்டோ எடுக்கப்போறேன். பிளாஷ் அடிக்கும். கண்ண மூடிராத, பல்லைக்காட்டாமச் சிரி..." என்று சொல்லிவிட்டுப் பல தடவை காமராவைக் கிளிக் செய்து படங்களை எடுத்தான்.

"தாத்தா போட்டோ புடிச்சிட்டேன்" என்றவாறு செந்தில் வெளியே வந்தான். அவன் பின்னால் வந்த ஸ்டுடியோக்காரன்,

“தாத்தாவுக்கு வேணும்னா பேரனோட ஒரு போட்டோ எடுக்கிறேன். அது குடும்பக் கதயச் சொல்லுமே” என்றான்.

'செலவாகும்' என்ற எண்ணத்தை நெஞ்சில் ஏற்றிக்கொண்டு “வேணாம்பா” என்றார். அவரின் பதிலைப் புரிந்து கொண்ட ஸ்டுடியோக்காரன், “நீங்க காசு தர வேணாம். இப்ப சும்மா புடிங்க... போட்டோ நல்லா வந்தா, பாத்துக் குடுங்க” என்றான். அவன் வியாபாரத்தில் கெட்டிக்காரன். முதலில் காசு வேண்டாம் என்றுதான் போட்டோ எடுப்பான். போட்டோவைப் பிரிண்ட் போட்டுத் தரும்போது எப்படியோ பேசிக் காசு வாங்கிவிடுவான்.

யோசித்து முடிவுக்கு வந்த முத்துராஜா, செந்திலோடு போய்ப் போட்டோ எடுத்தார். முத்துராஜாவை நாற்காலியில் உட்கார வைத்துச் செந்திலை அவருக்கு அருகில் நிற்க வைத்துப் போட்டோ எடுத்தான் ஸ்டுடியோக்காரன்.

போட்டோ எடுத்து முடித்ததும் இருபது ரூபாய் வாங்கிக்கொண்டு, “இன்னைக்கி ஞாயிறு. வார விசாழக்கெழம போட்டோவ வாங்கிக்குங்க. அப்ப மீதிக்காசக் குடுங்க...” என்றான் ஸ்டுடியோக்காரன். பிறகு பேரனுக்கு, “முடி நேர்த்தியா?” என்று கேட்டான்.

“ஆமாப்பா” என்ற முத்துராஜா, அத்தோடு கேட்பதை ஸ்டுடியோக்காரன் நிறுத்துவான் என்று நினைத்தார். ஆனால், அவனோ அடுத்த கேள்வியைக் கேட்டான்.

“எந்தக் கோயிலுக்கு?”

“குலதெய்வம் ஐயனாருக்கு.”

“அப்ப கெடா வெட்டு இருக்குமே!”

முத்துராஜா பதில் சொல்லாமல் மௌனமாக இருந்தார். செந்தில் ஸ்டுடியோவுக்கு வெளியே நின்று வேடிக்கை பார்த்தான்.

ஸ்டுடியோக்காரன், “தேதி சொன்னா நா கேமராவோட வந்து முடியெடுக்கிறதப் போட்டோ எடுப்பேனே!”

ஸ்டுடியோக்காரன் ஆசை கிடாவெட்டைப் போட்டோ எடுப்பது மட்டுமல்ல, கறிச்சோறு சாப்பிடுவதும்தான். கிராமத்தில் கிடா வெட்டுக்குக் கூப்பிட்டால் தவறாமல் போய்விடுவான் அவன். கிராமத்தில் வஞ்சகம் இல்லாமல்

இலையில் ஆட்டுக்கறியை அள்ளி வைத்துச் சாப்பிடச் சொல்வார்கள் என்பது அனுபவத்தில் கண்ட உண்மையாகும்.

"எல்லாருக்கும் சொல்றப்ப ஒனக்கும் சொல்றேன்" என்று பதிலைச் சொல்லிவிட்டுப் புறப்பட்டார் முத்துராஜா. பிறகு பஸ் ஏறித் திருவெள்ளறைக்குப் போய்ப் பாண்டியனிடம் போட்டோ எடுத்ததைச் சொல்லி ரசீதைக் கொடுத்து, ஸ்டுடியோக்காரன் சொன்ன தேதிக்குப் போட்டோவை வாங்கிக் கொண்டு வரச்சொன்னார் அவர்.

மண்ணச்சநல்லூருக்குப் போய் வாங்கி வந்த போட்டோக்களை முத்துராஜாவிடம் கொடுத்தான் பாண்டியன். முதலில் பேரன் செந்தில் இருக்கிற போட்டோவைப் பார்த்தார் அவர். போட்டோவில் செந்தில் தலைநிறைய முடியோடு இருப்பதைப் பார்க்கின்றபோது, அவருக்கு மகிழ்ச்சியாக இருந்தது. ஸ்டுடியோக்காரன் பேச்சில் மட்டுமல்ல, போட்டோ எடுப்பதிலும் கெட்டிக்காரன் என்பதைக் காட்டியிருக்கிறான். அடுத்த போட்டோ அவரும் செந்திலும் இருப்பது. அதுவும் அழகாக இருந்தது. 'சும்மா சொல்லக்கூடாது. ஸ்டுடியோக்காரனின் கையில் ஏதோ இருக்கிறது. முகத்துக்குக் கொஞ்சம் பவுடர் பூசி, வெளிச்சத்தைக் கொட்டி இவ்வளவு அழகாகப் போட்டோ எடுத்திருக்கிறானே! இவனுக்குக் காசு கொடுக்கலாம்...'

அப்போது இரண்டாவது போட்டோவுக்குப் பணம் போட்டோவைப் பார்த்துவிட்டுக் கொடுங்கள் என்று சொன்னது நினைவுக்கு வரக் கேட்டார்... "ஏம்பா, ரெண்டாவது போட்டோ... அதான் நானும் செந்திலும் இருக்கிற போட்டோவுக்கு எம்புட்டுக் குடுத்த?"

"முப்பது ரூபா."

"முப்பது ரூபாவா? அப்ப மொத்தம் அம்பது ரூபாவா?"

"ஆமாம்" என்றான் பாண்டியன்.

முத்துராஜா பொறுமினார்... "ஒரு போட்டோ புடிக்கத்தான் போனேன். அவன் ஒரு போட்டோ புடிச்சான். அப்பறம் சும்மா ஒரு போட்டோ புடிக்கிறேன்னான். அதுக்கு முப்பது ரூபாவா?"

"மொத்தமா அறுபது கேட்டப்ப, நா அம்பதுதான் குடுத்தேன்."

"அம்பது ஜாஸ்தி இல்ல."

"ரெண்டு போட்டோ... அம்பது சரியாயிருக்கும்."

பாண்டியன் சொன்னால் சரியாயிருக்கும் என்ற முடிவுக்கு வந்த முத்துராஜா சுற்றும் முற்றும் பார்த்துவிட்டு, செந்தில் வீட்டிற்குள் இல்லை என்பதை உறுதி செய்துகொண்டு மிக மெதுவாகப் பாண்டியனோடு பேசினார்.

"நாள் நெருங்கியிருச்சி. கெடா வெட்டுக்கு நம்ம சொந்தக்காரங்க எல்லாத்துக்கும் சொல்லணும். ஒருத்தரையும் வுட்டுராத. சும்மா இருக்கிறப்ப யார் யாருக்குச் சொல்லணும்னு எழுதி வை. அப்பதான் ஞாபகம் வரும். உன் கல்யாணத்துக்கு ஊரெல்லாம் பத்திரிகை வைச்சிக் கடேசியில நம்ம மாணிக்கராஜாவுக்குச் சொல்லாமப் போனது உனக்குத் தெரியுமில்ல! நான் நாளைக்குத் துறையூருக்குப் போயிட்டுச் சொல்லிட்டு வர்றேன்" என்ற முத்துராஜா, "எல்லாத்துக்கும் சொல்லலாம். ஆனா, எனக்கென்னமோ செந்தில் கெடாவ வெட்ட வுடுவானான்னு சந்தேகமா இருக்கு. கூடப்பொறந்த தம்பி போல ஆட்டோட ஆசையா இருக்கான்" என்றார்.

அவரின் பேச்சில் செந்திலுக்குப் பிறகு தம்பி பிறக்கவில்லையே என்ற ஏக்கம் இருப்பதைப் பாண்டியன் புரிந்து கொண்டான். பிறகு அவன் சற்று யோசித்துவிட்டு, "நாம நம்ம வேலயப் பாப்போம். அவன் முடியாதுன்னு சொன்னாலும் நாம கெடாவ வெட்டத்தான் போறோம்" என்றான்.

பாண்டியன் சொன்னது சரியெனப் பட்டது முத்துராஜாவுக்கு. 'செந்திலுக்குச் சொல்லாமக் கெடா வெட்டு வேலயப் பாக்க வேண்டியதுதான்.'

துறையூரில் இருக்கிற உறவினர்களுக்குச் சொல்வதற்காக ஓமாந்தூருக்குப் போய் பஸ் பிடித்துத் துறையூர் போனார் முத்துராஜா. துறையூரில் 'சிலோன் ஆபீஸ்' என்ற இடத்தில் இறங்கினார். 'சிலோன் ஆபீஸ்' என்பது பஸ் ஸ்டாப்பின் பெயர். இன்றைக்கு அப்படி ஓர் ஆபீஸ் அங்கே இல்லை. வெள்ளைக்காரன் இந்தியாவை ஆண்டபோது இலங்கைக்குக் கூலிவேலைக்கு மக்களைத் தெரிவு செய்து பதிவு செய்து ஆள் அனுப்புகிற ஆபீஸ் இருந்த இடமே அது. அந்த ஆபீசில் இருந்து அந்தக்காலத்தில் கடிதம் வந்தால்தான் இலங்கைக்குக் கப்பலில் போக முடியுமாம்.

அந்த 'சிலோன் ஆபீஸ்' பஸ் ஸ்டாப்பில் இறங்கியதுமே முத்துராஜாவுக்குப் பழைய நினைவுகள் வந்தன. கடைசி மூச்சு நிற்கிற வரைக்கும் அப்பா மூத்த மகனை நினைத்துப் புலம்பினார். மூத்தவன் இதே சிலோன் ஆபீஸில் இருந்து கடிதம் வந்ததும் இலங்கைக்குப் போனானாம். அவன் போனது அப்பாவுக்குப் பிடிக்கவேயில்லை. அவன் போனபோது முத்துராஜா பிறக்கவேயில்லை. முத்துராஜாவுக்கு அண்ணன் இருப்பதே அப்பா சொல்லித்தான் தெரியும். மூத்தவன் பிறந்து பத்து வருடத்திற்குப் பிறகுதான் முத்துராஜா பிறந்தார். ஆனாலும், அப்பாவுக்கு எப்போதும் மூத்தவன் நினைவுதான்.

மூத்தவன் இலங்கைக்குப் போனது போனதுதான். அதற்குப் பிறகு அப்பா சாகும் வரை அவனைப் பற்றிய தகவலே கிடைக்கவில்லை. சிறுகுடியிலிருந்து வெள்ளைக்காரன் காலத்தில் இலங்கைக்குப் போய் அவ்வப்போது வந்து போகும் பிள்ளைமார்களிடம் முத்துராஜா விசாரித்துப் பார்த்தார். எந்தத் தகவலும் கிடைக்கவில்லை. அண்ணனைப் பார்க்கவே முடியவில்லையே என்ற வருத்தம் இப்போதும் அவருக்கு உண்டு.

*

மாத்தளை சோமு | 119

துறையூரில் உறவினர்கள் வீடுகளுக்குப் போய்ப் பேரனின் கிடாவெட்டுப் பூசையைப் பற்றிச் சொல்லி, அதற்கு வாயால் அழைப்புக் கொடுத்துவிட்டு முத்துராஜா டவுன் பஸ்ஸில் ஏறி ஓமாந்தூரில் இறங்கியபோது இருட்டிவிட்டது. வீதிகளில் மின்விளக்கு வெளிச்சம் வந்துவிட்டது. ஓமாந்தூரில் சமையலுக்குச் சொல்லத்தான் அவர் இறங்கினார். ஐந்து நிமிட நடையில் சமையல்காரக் கந்தசாமி வீட்டுக்குப் போனார். வீட்டருகே ஒரு கார் நின்றது. அவர் வீட்டுக்குள் போகத் தயங்கியபோது, கந்தசாமியின் வீட்டுக்குள்ளே இருந்து பலர் வெளியே வந்தார்கள். பிறகு சிறிது நேரத்தில் அவர்களை ஏற்றிக்கொண்டு கார் புறப்பட்டது.

முத்துராஜா தயக்கமில்லாமல் வீட்டுக்குள் போனார். அவரை எதிர்கொண்டான் கந்தசாமி.

“வாங்க ஐயா, வாங்க... சொல்லியிருந்தா நானே வந்திருப்பேனே!”

முத்துராஜா, “இல்ல கந்தசாமி... எனக்குக் காரியம் ஆகணும்னா நாந்தான் வரணும். தொறையூர் போயிட்டு வர்றேன்” என்றார். ஆனால் கந்தசாமி அவர் சொன்னதை ஏற்காமல் மறுத்தான்.

“ஒங்களுக்கின்னா நானே வருவேன். சொல்லியனுப்பி இருக்கலாம்.”

“பரவாயில்ல. பேரனுக்கு முடிவெட்டிக் கெடா வெட்டுப் பூசை வைச்சிருக்கேன். நீதான் சமைக்கணும்.”

“தேதி...”

“ஆனி மாசம் ரெண்டாம் தேதி.”

“ஆனி மாசம் ரெண்டாம் தேதியா?” என்று கந்தசாமி கேட்டதும் முத்துராஜா தவித்தார்... ‘அந்தத் தேதியில் அவனை ஏற்கனவே சமைக்கக் கூப்பிட்டுவிட்டார்களோ?’

“என்னப்பா யோசிக்கிற?”

“திருச்சி டவுன்ல ஐயாசாமிப்புள்ள வூட்டுல நலுங்கு விருந்து. நாந்தான் சமையல்.”

முத்துராஜா திகைத்தார். ‘சமையலுக்கு இவனை விட்டால் வேறு யார் கிடைப்பார்?’

“நல்லா தேதியப் பாருப்பா...”

கந்தசாமி யோசித்தான். பிறகு கை விரல்களை மடக்கி மனதுக்குள் கணக்கைப் போட்டான். எழுதத் தெரியாதவன். எழுதி இருந்தால் தெரியும். ஆனால், அவன் எழுதி இருப்பது அவன் மனதில்.

“ஐயா, தப்பிச்சேன். அது ராத்திரி சமையல். இது பகல்தானே, முடிச்சிரலாம்!” என்று கந்தசாமி சொன்ன பிறகுதான் முத்துராஜாவுக்கு உற்சாகம் வந்தது. அந்தச் சுற்று வட்டாரத்தில் சமையலுக்கு இவனை விட்டால் நல்ல ஆள் கிடைக்காது. நேர்மையானவன். சொன்னபடி செய்பவன். அவன் சமைத்துச் சைவமோ, அசைவமோ சாப்பிட்டவர்கள் அவனைப் புகழாமல் போகமாட்டார்கள். சமையலுக்குத் தொகை அதிகம் என்றாலும், தேவையான பொருள்களையே வாங்குவான். வீட்டுக்கு மூட்டை கட்டும் பழக்கம் அவனிடம் இல்லை.

“எத்தனை பேருக்கு ஐயா?”

“இருநூறு பேருக்கு.”

“கெடா மூணு வேணும் ஐயா. அப்பத்தான் சொந்தம், பந்தம் சாப்பிட நல்லா இருக்கும். கறிய அள்ளிப் போடலாம். கறிக்கொழம்பு, முள்ளு சூப், கறி பெறட்டல், குடல் கறின்னு நல்லாப் பண்ணிரலாம் ஐயா!”

“நேர்த்திக் கெடா வேற இருக்கு. இருநூறு பேர்ல எல்லாரும் கறிச்சோறு சாப்பிட மாட்டாங்க. எப்படியும் முப்பது நாப்பது பேரு சைவம்தான். மூணு கெடா போதும்ல?”

மாத்தளை சோமு | 121

"போதும்... அதெல்லாம் சமாளிக்கலாம். மொத நாளே நா வந்திர்றேன். லிஸ்ட் குடுத்தனுப்பிறேன்."

"அப்ப எம்புட்டுப் பணம் வேணும் இப்ப?"

கந்தசாமி கோவித்துக் கொண்டது போல் சொன்னான். "உங்க கிட்ட அட்வான்ஸா? என்ன மொத மொத திருச்சிக்குச் சமையலுக்கு அனுப்பி வச்சதே நீங்கதானே? அதுக்கப்புறம்தான் எனக்கு நல்ல பேரு வந்திச்சி. ஆனா உள்ளூர்ல பேரு இல்ல. டவுனுக்குப் போறான் சமைக்கன்னு சொல்றாங்க. டவுன்ல மூணு மாசத்துக்கு முன்னமே தேதி குடுக்கிறாங்க. கிராமத்தில பத்து நாளைக்கு முன்னம் கூப்புடுறாங்க. எப்புடிப் போக முடியும்?"

"யாரையும் கோவிக்காத. விபரமா எடுத்துச் சொல்லு. நமக்கு நல்லது கெட்டதுனா உள்ளூர்க்காரன்தான் வேணும்! அவங்கள அனுசரிச்சிக்க. அப்ப நா வரட்டுமா?" என்ற முத்துராஜா புறப்பட்டார்.

"என்னய்யா... ஏன் வூட்டுக்கு வந்து காபி சாப்புடாமப் போறீங்க?" என்றான் கந்தசாமி.

"இந்த நேரத்தில காபியா? எனக்கு ஒத்துக்காது. சாப்புடுற நேரம்கூடத் தாண்டிருச்சி! நா புறப்படுறேன்பா. மவன் தேடுவான்..." என்று முத்துராஜா புறப்பட்டபோது, "ஐயா உங்களுக்குப் பத்தரைக்குத்தான் பஸ். கொஞ்சம் இருங்க உங்கள வண்டியில கொண்ணாந்து வுடுறேன்" என்றான் கந்தசாமி.

ஐயனார் கோவிலுக்கும் சிறுகுடி கிராமத்துக்கும் இடையில் கிளைகளைப் பரப்பி விழுதுகளைத் தொங்கவிட்டுக் கொண்டு எரிக்கும் வெயிலிலும் நிலத்தடி நீரைக் குடித்து ஆலமரம் பசுமையாய் நிற்கிறது. அதனருகே சிதைந்த சிவலிங்கச் சிலையும், சிதைந்த கோயில் கற்களும் கிடக்கின்றன. ஒரு காலத்தில் இந்த ஆலமரத்தருகே சிவன் கோயில் இருந்ததாகவும், அதனைத் தொட்டியம் ராசா கும்பிட்டதாகவும் ஒரு வரலாற்றுக்கதையை வயது முதிர்ந்தவர்கள் சொல்லி வருகிறார்கள்.

அந்த ஆலமரம் ஊரை விட்டுத்தள்ளி இருப்பதால் எப்போதாவதுதான் அங்கு சிலர் வருவார்கள். வெயில் காலத்தில் பகலில் தூங்கச் சிலர் வருவதுண்டு. செந்தில் தனியாகவும் தனது நண்பர்களோடும், ஆட்டுக்குட்டியோடும் அவ்வப்போது வருவதுண்டு. செந்திலுக்கு ஆலமரம் ஒரு தொட்டில் போல.

சில நேரங்களில் விளையாட்டில் அலுத்துப்போனால் இந்த ஆலமரத்துக்கு வந்துவிடுவான்.

இன்றைக்கும் எங்கோ போக நினைத்தவன், ஏதோ ஒரு சிந்தனையில் ஆல மரத்தருகே வந்தான். வேறு எவரும் அங்கு இல்லை. தனியாக இருந்தான். தனியாக இருப்பது எப்போதாவது அவனுக்குப் பிடிக்கும். ஆனால், ஆலமரத்தருகே இருக்கும்போது தனிமை உணர்வு அவனுக்கு வராது. ஆலமரம் மட்டுமா அங்கே இருக்கிறது... ஆலமரத்தின் கிளைகளில் பச்சைக்கிளிகள், கருங்குருவிகள், மைனாக்கள் என ஒரு பறவைக் கூட்டமே இருக்கின்றன. பறவைகள் இல்லாத கிளைகளில் வாலைத் தூக்கிக் கொண்டு அணில்கள் ஓடும். அணில்களும் அவனுக்குப் பிடிக்கும். தாத்தா அணில்களைத் 'தோகை வால் உள்ள சைவ எலிகள்' என்பார். அதன் முதுகில் இருக்கிற மூன்று கோடுகளை ராமர் போட்டதாகச் சொல்வார்.

ஆலமரம் ஒரு தாய் போல் பறவைகளை அரவணைத்து, அணில்களை ஆதரித்து, மனிதர்களுக்கு நிழல் தரும் பெருங்குடையாக நிற்கிறது. இந்த மரத்துக்கு எந்த மனிதரும் ஒரு கைத் தண்ணீர் ஊற்றியதில்லை. அது இயற்கையை அரவணைத்து நிற்கிறது. இந்த ஆலமரத்தைப் பார்த்துக் கொண்டிருந்தால் பொழுது போவதே தெரியாது.

ஒட்டகத்தின் முதுகெலும்பு போல் மண்ணுக்கு வெளியே தெரியும் அனுமார் வாலாய் நீண்டு கறுத்த ஆலமரத்தின் வேரின் ஒரு பகுதியில் உட்கார்ந்தான் செந்தில். எங்கிருந்தோ வந்த காற்று செந்திலின் எண்ணங்களைக் கலைத்துப் போட்டது. ஆலமரத்தின் விழுதுகள் அசைந்தன. மெள்ளமாய்க் கண்களை மூடினான். ஆனால் அவன் கண்களுக்குள் ஆடுதான் தெரிந்தது. ஆட்டை விட்டுவிட்டு வந்தது நினைவுக்கு வந்தது. ஆட்டிற்கு வாயிருந்தால் 'டேய் செந்தில்! எப்புடிடா என்னத் தனியே விட்டுட்டுப் போனே?' எனக் கேட்கும்.

செந்தில் யோசித்தான். பிறகு எழுந்து போக நினைத்தபோது மறுபடியும் காற்று அவனைத் தழுவியது. விழுதுகள் அசைந்தன. கிளிகள் 'கீச்'சிட்டன. அணில்கள் மேலும் கீழுமாய் ஓடின. அவன் அப்படியே நின்றான். அப்போது ஏதோ பின்பக்கமாய் முட்டுவது போல் இருந்தது. திரும்பிப் பார்த்தான். ஆட்டுக்குட்டி அவன் பின்னே நின்றது. மெள்ளமாய் அந்த ஆட்டுக்குட்டியைத்

தூக்கி அதன் முகத்திற்கு அருகில் தன் முகத்தை நெருக்கமாக வைத்துக்கொண்டு பேசினான். "நா இங்க இருக்கிறது எப்புடித் தெரியும்?"

"எனக்குத் தெரியாதா என்ன?" என்று கேட்பது போல ஆடு அவனையே பார்த்தது.

செந்தில் அதன் நெற்றியில் கை வைத்துத் தடவினான். அது வாய் பேசாது. வாயைத் திறந்தால் வார்த்தைகள் வராது. வார்த்தைகளுக்கு உருவம் கொடுக்க முடியாத படைப்பு அது. ஆனால், அதற்கு வார்த்தைகள் புரியும். மனிதர்கள் பேசுவதும் புரியும். பதில் தெரிந்தால் பதில் சொல்ல முடியாத நிலை அதற்கு. ஆடுகளுக்கு வாய் இருந்தால் எப்படி இருக்கும் என்று கற்பனை செய்தால், அதுவும் மனிதர்களைப் போலத்தான் ஆகும் என நினைக்கத் தோன்றுகிறது. வாயுள்ள மனிதன் சந்தர்ப்ப சூழ்நிலைக்கேற்பப் பொய்களுக்கும், புரட்டுகளுக்கும் துணை போவது போல்தான் ஆடுகளும் பேசத் தெரிந்தால் மாறலாம். வாய் பேசாத போதே அவற்றுக்குள் 'கருப்பு ஆடுகள்' இருப்பதாகப் பாடுகிறார்களே! அப்படியாயின் வாயிருந்தால் அவற்றில் எத்தனை மோசமான ஆடுகள் இருக்குமோ!

எவரோ ஓடிவரும் சத்தம் கேட்டது. வெங்கிதான் ஓடி வந்தான். வெங்கி, அவனோடு விளையாடும் வெங்கட்.

"செந்தீ! இங்க என்னா செய்யிற?" என்று கேட்டான் வெங்கி.

"சும்மா வந்தேண்டா..." என்றான் செந்தில்.

"உன் வூட்டுக்குப் போனேன். ஒன்னக் கேட்டேன். நீ எங்க போனேனு தெரியலனு தாத்தா சொன்னாரு."

செந்தில் எதுவும் பேசாது ஆட்டைப் பார்த்தான். அப்போது வெங்கி சொன்னான்... "ம்... நல்லாப் பாத்துக்க ஆட்ட... உன் முடி வெட்டுக்கப்பறம் அதப் பாக்க முடியுமா?"

செந்தில் திடுக்கிட்டான். "என்னடா சொல்ற?"

"என்னடா செந்தில் தெரியாதா ஒனக்கு? கோயில்ல ஒனக்கு முடியெடுத்ததும் கெடாவ வெட்டுவாங்க. அதுக்காகத்தான் வளக்கிறாங்க... அது கோயில் ஆடுடா..."

"யாரு சொன்னது?"

“ஒன் தாத்தாதான் வூடு வூடாப் போயிச் சொல்றாரே! எங்க வூட்டுக்கும் வந்தாரு தாத்தா...”

செந்தில் பதில் பேசாது கோபத்தோடு வீட்டை நோக்கி நடந்தான். அவனுக்குப் பின்னால் ஆடு ஓடியது.

‘ஆசை ஆசையா வளத்த மணிய வெட்டப் போறாங்களா? வுட மாட்டேன்’ என்று தனக்குள் அவன் நினைத்தான்.

செந்தில் வீட்டுக்குள் கால் வைத்தபோது முத்துராஜா வீட்டில் இல்லை. பாட்டிதான் இருந்தாள்.

“பாட்டீ! தாத்தா எங்க?” செந்திலின் வார்த்தைகளில் கோபம் இருந்ததைப் பாட்டி உணர்ந்தாள்.

“தெரியலப்பா...”

“பாட்டி! எனக்கு மொட்ட போடுறப்ப ஏன் மணிய வெட்டுவாங்களாமே!”

பாட்டி மெதுவாகப் பேசினாள். “குலதெய்வத்துக்கு முடி வெட்டிக் கெடா வெட்டுறது எல்லாரும் செய்யிறதுதான். உங்க தாத்தாவுக்கும் முடிவெட்டிக் கெடா வெட்டுனாங்க. இது பரம்பரை பரம்பரையா நடக்குது. உனக்கு மட்டும் புதுசாச் செய்யல்ல. ஐயனாருக்குச் செய்யிற நேர்த்திப்பா... நீ நல்ல புள்ளையா நடந்துக்கப்பா!”

“பாட்டி.... நா முடி வெட்டிக்குவேன். ஆனா, இந்த மணிய வெட்ட வுடமாட்டேன்!”

“செந்தீ! அது சாமிக்கெடாடா... அத நேர்த்திக்காக வளக்கணும், வெட்டணும். சாமிபேரச் சொல்லித்தான் அத கொண்டாந்தோம். இப்ப முடியாதுனா குடும்பத்துக்கு ஆகாது. குறிப்பா ஒனக்கு ஆகாதுடா... ஐயனாரோட வெளையாடக்கூடாது. நீ சின்னப்புள்ள. ஒனக்கு ஒண்ணும் தெரியாது. ஒனக்கு வேற ஆட்டுக்குட்டி வாங்கித் தர்றேன். பேசாமச் சொல்றதக் கேளு!”

“பாட்டி... நீ என்ன வேணாலும் சொல்லு... கெடாவ வெட்ட வுடமாட்டேன். ஆனா முடிய வெட்டிக்கிறேன். மணி எனக்குத் தம்பி போல. அவன வெட்ட வுடமாட்டேன்...” என்று கத்தினான் செந்தில். அவன் போட்ட சத்தத்தைக் கேட்டுப் பயந்தாள் பாட்டி. அதற்கு மேல் எதுவும் பேசாமல் தாத்தா

மாத்தளை சோமு | 125

வந்த பிறகு என்ன நடக்குமோ என எண்ணிக் கவலைப்பட்டாள் அவள்.

செந்தில் எதுவுமே சாப்பிடாமல் கோபத்தோடு படுத்துக்கிடந்தான். ஆனால் தூங்கவில்லை. தூங்குவதுபோல் தாத்தாவுக்காகக் காத்திருந்தான். ஆட்டை வெட்டக் கூடாது என்பதில் அவன் உறுதியாக இருந்தான். பாட்டி சொன்னதைக் கேட்டாலும் அதை அவன் ஏற்கவில்லை. ஐயனாருக்கு நேர்த்தி வைச்சிருந்தாலும் ஆட்டை வெட்டுவதை அவன் விரும்பவில்லை. அவன் மனம் 'பாவம் அது வாயிருந்தாப் பேசும். அத வெட்ட வுடுவேனா?' என்று தனக்குள் சொல்லிக் கொண்டது.

செந்தில் சாப்பிடாததால் வசந்தி அவனைத் தேடிக்கொண்டு வந்தாள்.

"செந்தி... ராத்திரியில வெறும் வயித்தோட படுக்கக்கூடாதுப்பா... வா, ரெண்டு இட்லியாவது சாப்புடு" என்று கெஞ்சினாள் அவள்.

"எனக்கு ஒண்ணும் வேணாம்மா. எனக்கு மணிதான் வேணும். மணிய வெட்ட வுடமாட்டேன்" என்றான் செந்தில்.

"செந்தி, நீ பொறந்ததுக்காக நேர்த்தி வைச்ச ஆடு. அத ஐயனாருக்குக் காவு குடுக்கணும். அதத் தடுக்கக் கூடாது. ஒனக்கு வேற ஆடு வாங்கித் தர்றேன்."

"வேற ஆடு வேணாம். ஏன் மணிதான் வேணும்!" செந்தில் பிடிவாதமாக இருந்தான்.

"அப்பா வரட்டும், சொல்றேன்" என்று சொல்லிவிட்டு அவள் உள்ளே போய்விட்டாள்.

முத்துராஜா இன்னும் வரவில்லை. பத்து மணியைப்போல் பாண்டியன் டூவீலரில் வீட்டுக்கு வந்தான். டூவீலரைத் தள்ளிக் கொண்டு வீட்டுக்குள் போன பாண்டியன், வழக்கம்போல் குளிக்கப் போகாமல் செந்திலைத் தேடி வந்தான். வசந்தி எல்லாவற்றையும் சொல்லிவிட்டாள்.

"செந்தி... சாப்பிட வா..." என்றான் பாண்டியன். ஆனால், முகத்தைப் போர்வையால் மூடிக்கொண்டான் செந்தில்.

"டேய்" என்று அதட்டிய பாண்டியன், போர்வையை இழுத்து செந்திலைப் பார்த்து முறைத்தான்.

"அடிச்சிடுவேன். மரியாதயா சாப்புட வா."

"ஏன் ஆட்ட வெட்டமாட்டேனா சாப்புடுறேன்."

"அது ஒன் ஆடு இல்ல. ஐயனாரு ஆடு. ஒனக்காக நேர்த்தி வைச்சு வளக்கிறது. அத வெட்டத்தான் வேணும். வெட்டலேனா குடும்பத்துக்கு ஆகாது."

அதைக் கேட்ட செந்தில் அழத் தொடங்கவே, வசந்தி ஓடி வந்தாள். அவளுக்குப் பின்னால் பாட்டி வந்தாள்.

"எனக்கு ஆடு வேணும்பா..." என்று சொல்லிக்கொண்டே கேவிக் கேவி அழத் தொடங்கினான்.

பாண்டியனுக்குக் கோபம் வந்தது. ஆனால் அடக்கியவாறு "ஒனக்கு வேற ஆடு வாங்கித் தர்றேன். பேசாமச் சாப்புட வா" என்றான்.

செந்தில் "எனக்கு மணிதான் வேணும்" என்று திரும்பவும் சொன்னான்.

"மணி ஒன் ஆடு இல்ல. ஒனக்காகக் கொண்ணாந்த ஆடு. சொல்றதக் கேளு. இல்லேனா என்ன செய்வேனு தெரியும்ல..." என்று அவனை அடிக்கக் கையை ஓங்கினான்.

ஆனால், பாட்டி அவனுக்குக் குறுக்கே வந்து "அடிக்காதப்பா... அடிச்சா சரியாப் போகுமா? பொறுமையா எடுத்துச் சொல்லணும். அவன் தாத்தா வரட்டும். அவரு கிட்டச் சொல்வோம்" என்றாள். செந்திலும் தாத்தாவுக்காகக் காத்திருக்கிறான் என்பது அவளுக்குத் தெரியாது.

*

முத்துராஜா வீட்டிற்கு வந்தபோது இரவு பத்தரை மணிக்கு மேலாகிவிட்டது. திருச்சியிலிருந்து துறையூர் போகிற கடைசிப் பேருந்தில் வந்திருக்க வேண்டும். அவர் வீட்டிற்குள் வராமல் திண்ணையில் உட்கார்ந்ததும் திண்ணையில் இருந்த சின்ன 'பல்ப்' எரிந்தது. இந்த நேரத்தில் தனக்காக அந்த லைட்டைப் போட்டது மனைவிதான் என்பது அவருக்குத் தெரியும். அவர் கால் செருப்பால் சரசரவென்று மணலில் நடக்கும்போதே அவர் வருவதை ஒலியால் கண்டுபிடித்து விடுவாள். நூறு பேர் செருப்போடு நடந்தாலும், புருசனின் கால் செருப்புச் சத்தம் அவளுக்குத் தெளிவாகக் கேட்கும்.

திண்ணைச் சுவரில் தலையைச் சாய்த்துக் கால்களை நீட்டிவிட்டு ஆசுவாசமாகப் பெருமூச்சுவிட்டார். பிறகு கண்களை மூடினார். மூடிய கண்களுக்குள் எண்ணங்கள் நெளிந்தன...

முத்துராஜாவுக்குப் பிடித்தமான இடம் திண்ணை. ஆனால் மகன் பாண்டியன், "இவ்வளவு பெரிய திண்ணை எதற்கு? திண்ணை இல்லாமல்தான் டவுனில் வீடு கட்டுகிறார்கள். திண்ணையை உடைத்துவிட்டுக் கட்டினால் என்ன?" என்று கேட்டபோது, "நான் செத்த பிறகு என்ன வேண்டுமானாலும் செய். இப்போது கை வைக்காதே" என்று உறுதியாகக் கூறிவிட்டார். பிறகு மகனைப் பார்த்துச் சொன்னார்.

"திண்ணையப் பத்தி ஒனக்கு என்ன தெரியும்? இந்தத் திண்ணையிலதான் நா ஸ்கூல்ல படிச்சதவுட, நெறையப் படிச்சேன். எங்க அப்பா நெறயக் கத சொல்லுவார். கதன்னா, சினிமாக்கத இல்ல.

நாட்டு நடப்பு, ஊரு ஒலகத்தில என்ன நடக்குதுங்கிற கதயச் சொல்லுவார். காந்தியப் பத்திச் சொன்னாரு. பாரதியப் பத்திச் சொன்னாரு. வெள்ளக்காரனுக்குப் போட்டியா கடல்ல கப்பல் விட்ட சிதம்பரம்புள்ளயப் பத்திச் சொன்னாரு. ஒலகத்தயே புடிக்கப்போறேன்ன இட்லரப்பத்திச் சொன்னாரு. ஏன் தாத்தா சாமி கத, ராமாயணம், பாரதம்னு நெறையக் கத சொல்லுவார்.

திண்ணையில என்னோட இருந்து கத கேக்க ஒரு கூட்டமே வரும். சண்ட சச்சரவு இல்லாம எல்லாரும் மௌனமா இருந்து கத கேப்போம். திண்ண என்னப் பொறுத்த வரைக்கும் பள்ளிக்கூடம்போல. ஆனா, நெஜமா அந்தக் காலத்தில திண்ணப் பள்ளிக்கூடம் இருந்துச்சி. இன்னைக்கித் திண்ணப் பள்ளிக்கூடம் இல்ல. புதுசா திண்ண கட்டுறதும் இல்ல. நம்ம பாட்டன், பூட்டன், திண்ணைய எதுக்குன்னு தெரியாமலா கட்டி வைச்சான்? அதுக்குக் காரணம் இருக்கு. தெரியலேனா தெரிஞ்சுக்கணும்!

அந்தக்காலத்தில வெளியூர் போய் நடுராத்திரியில திரும்பி வந்தா, ராத்திரி முச்சூடும் திண்ணையில படுத்திட்டு விடிஞ்சதும் வயல்ல போய்க் குளிச்சிட்டுத்தான் வீட்டுக்குள்ள போவாங்க. புதுசா முன்ன, பின்ன சரியாத் தெரியாத, ஆனா தெரிஞ்சவன் சொல்லி யாராவது வந்தா, திண்ணையில தங்க வைப்பாங்க. திண்ணையிலதான் ஊர்ப் பிரச்சன, உலகப் பிரச்சனைய அலசி ஆய்வாங்க. அன்னய நடமுறையில திண்ணை தேவையா இருந்திச்சி. இன்னைக்கி நடமுறையில திண்ணைய மக்கள் விரும்பல. இப்ப திண்ணை இல்லா வீடெல்லாம் கிராமத்தில வந்திருச்சி."

முப்பது நிமிடத்திற்கு மேல் திண்ணையில் இருந்துவிட்டு முத்துராஜா மெள்ளமாய் வீட்டுக்குள் போனார். பிறகு வெள்ளைத் துண்டும், துவைத்த வேட்டியும் எடுத்துக் கொண்டு குளியல் அறைக்குள் நுழைந்தார். கதவை மூடிவிட்டுச் சட்டையைக் கழற்றிவிட்டு வேட்டியை அவிழ்த்துவிட்டுத் துண்டை இடுப்பில் கட்டிக்கொண்டு காசுபானைக்கு அருகில் கிடந்த முக்காலியில் உட்கார்ந்தார். பிறகு சூடு ஆறிப் போயிருந்த காசுபானைத் தண்ணீரைச் சொம்பினால் அள்ளி அள்ளித் தலையில் ஊற்றிக் குளித்தார். இரவோ, பகலோ... வீட்டை விட்டு வெளியே தூரப்பக்கமாய்ப் போய் வந்தால், குளிக்காமல் வீட்டுக்குள்

போகவே மாட்டார். குறிப்பாகத் திருச்சிக்குப் பேருந்தில் போய் வந்தாலும் குளிப்பார்.

காசுபானைத் தண்ணீரில் சொம்பால் அள்ளிக் குளிப்பது அவருக்கு ஆனந்தமானது. அப்படிக் குளிப்பதே அவருக்குப் பிடிக்கும். அதே குளியலறையில் பூப்போலத் தண்ணீர் விழுகிற குழாய் இருக்கிறது. பாண்டியன் போட்டது. ஆனால், அவர் அதில் குளிப்பதே இல்லை. மனைவிகூட அந்தக் குழாயில் குளிக்கத் தொடங்கிவிட்டார். ஆனால், அவர் பெரும்பாலான நாட்களில் காலையில் வயலுக்குப் போய் மோட்டார் போட்டுத் தொட்டி நிறைந்ததும் அள்ளிக் குளிப்பார். எங்கு குளித்தாலும் அள்ளிக் குளிக்க வேண்டும்.

குளித்துவிட்டுத் தலையைத் துவட்டி வேட்டியைக் கட்டிக்கொண்டு சாமி அறைக்குப் போய் நெற்றி நிறையத் திருநீறு பூசிக்கொண்டு வீட்டுக்குள் போனார். செந்திலை முற்றத்தில் காணவில்லை. "செந்தீ எங்க? தூங்கிட்டானா?" என்று மனைவியைப் பார்த்துக் கேட்டுக்கொண்டே சாப்பிட உட்கார்ந்தார்.

காமாட்சி நடந்ததை இப்போது சொல்ல வேண்டாம் என்று முடிவு செய்து, "அவன் ஏன் ரூம்ல படுத்திருக்கான்" என்று மட்டுமே சொன்னாள். அவன் சாப்பிடாததைச் சொல்லவில்லை.

வாழை இலையில் மூன்று இட்லியையும், சட்னியையும் வைத்து இட்லி மீது சாம்பாரை ஊற்றினாள் காமாட்சி. சாம்பாரில் நனைத்த இட்லியைப் பிய்த்துச் சட்னியைத் தொட்டுச் சாப்பிட்டார் அவர். எப்போது வெளியே போனாலும், எத்தனை மணியானாலும் கடைகளில் இரவு உணவையோ, பகல் உணவையோ சாப்பிட மாட்டார். உள்ளூர்ப் பயணம் என்றால் கட்டுச்சோறு கட்டி எடுத்துப் போவார். வேறு வழியில்லையென்றால் கடைகளில் சாப்பிடுவார். கடைகளில் கூடுதலாக வடை, காபி மட்டுமே அவருக்குப் பிரியமானது.

சாப்பிட்டுக் கை கழுவிவிட்டுச் சொம்பு நிறையச் சுட வைத்து ஆறிய தண்ணீரை எடுத்துக்கொண்டு உள் முற்றத்தில் கிடந்த கயிற்றுக் கட்டிலில் உட்கார்ந்தார் முத்துராஜா. அப்போது செந்தில் சாப்பிடவில்லை என்பதைச் சொல்லலாம் என்று நினைத்துக் காமாட்சி உள் முற்றத்திற்கு வந்தபோது செந்தில்

அங்கே வந்துவிட்டான். அவனைக் கண்டதும் காமாட்சி மௌனமாகி அங்கேயே நின்றாள்.

செந்திலின் முகமே சரியில்லை என்பது அவருக்குப் புரிந்தது.

"என்னடா ஆச்சு உனக்கு?"

அப்போது காமாட்சி சொன்னாள்... "அவன் இன்னும் சாப்புடல... அப்பா சொல்லி, அம்மா சொல்லி, நான் சொல்லிச் சாப்புடல. என்னானு கேளுங்க..."

முத்துராஜா 'என்னடா' என்பதுபோல் செந்திலைப் பார்த்தார்.

"முடிவெட்டுற அன்னைக்கி ஏன் கெடாவ வெட்டப்போறீங்களாமே!" என்றான் செந்தில்.

அவருக்குப் புரிந்துவிட்டது. செந்தில் சாப்பிடாதது இந்தப் பிரச்சனைக்குத்தான்.

"ஆமா அதுக்கு இப்ப என்னா?"

"எந்தக் கெடாவ வெட்டுனாலும் வெட்டுங்க. ஏன் மணிய மட்டும் வெட்ட வுடமாட்டேன்."

"டேய்! அது ஐயனாரு கெடா... உன் முடி வெட்டுக்கு நேர்ந்த கெடா. அத வெட்ட மாட்டேனு சொல்லக்கூடாது."

"தாத்தா! நீ என்ன சொன்னாலும் சரி... ஆனா, இந்த மணிய வெட்ட வுட மாட்டேன்!"

"டேய் செந்தீ! நா சொல்றதக்கேளு. வேண்டுதலுக்குக் குட்டி ஆட்ட வளத்து வெட்டுறது நாங்க மட்டுமில்ல, நம்ம சாதி சனமே செய்யிறதுதான். ஓன் நேர்த்திக்குப் புடிச்ச குட்டிதான் இப்ப கெடாவா இருக்கு. அது கோயில் கெடா. ஐயனாரு கெடா. அத வெட்டாம வுடுறது குடும்பத்துக்கு மட்டுமில்ல, ஒனக்கும் நல்லதில்ல. ஒரு புள்ள பொறக்கணும்னு ஐயனாருகிட்ட நேர்த்தி வைச்ச பொறகுதான் ஏன் மவனுக்கு மவனா நீ பொறந்த. கெடா வெட்றேனு ஐயனாருகிட்டச் சொல்லிட்டுக் கெடா வெட்டாம இருக்க முடியுமா?" என்று முத்துராஜா ஆணித்தரமாகச் சொல்லிவிட்டு, இந்தப் பேச்சை இப்படியே நீடிக்கக்கூடாது என்ற முடிவுக்கு வந்தவராக, "சரி, போயி... காத்தால பாக்கலாம்" என்று செந்திலை விரட்டினார்.

செந்திலோ, "ஏன் மணிய வெட்ட வுட மாட்டேன்..." என்று சொல்லிவிட்டுப் போனான். அவனை மறித்த வசந்தி, "டேய் செந்தி... மாமா சொல்றதக் கேளு. கெடாவ சாமிக்குதான் வெட்டுவாங்க..." என்றாள்.

"சாமிக்கிக் கெடா வேணும்னா வேற கெடாவ வெட்டலாமே!" என்று துடுக்காகப் பேசிவிட்டுப் போனான் செந்தில். அவனை, "ஒனக்கு வாய் கொழுத்திருச்சி. பெரியவங்கன்னு பாக்காம எதுத்துப் பேசுறியா?" என்று அடிக்கக் கை ஓங்கினாள் வசந்தி. காமாட்சி அதைத் தடுத்துவிட்டாள். "சின்னப்பையன். வெவரம் தெரியாமப் பேசுறான்" என்றாள்.

செந்தில் முற்றத்தில் வழக்கம்போல் கயிற்றுக் கட்டிலில் படுக்காமல், பாட்டியோடு தூங்கப் போய்விட்டான். முத்துராஜா கயிற்றுக் கட்டிலில் விழுந்தார். கண்களை மூடினார். ஆனால், கருத்தை மூடாமல் யோசித்தார்.

'பேரன் பிடிவாதமாகப் பேசுகிறானே! அவனுக்குக் கிடா நேர்த்தியை எப்படிப் புரிய வைப்பது? காலையில் மகன் பாண்டியனோடு பேசி இதற்கு ஒரு முடிவு கட்ட வேண்டும்...' அவரின் எண்ணங்கள் மனதில் ஊர்ந்தபோது, ஒரு பாடல் காற்று வழியே மிதந்து அவரின் செவியில் விழுந்தது...

"வைச்ச தேதி வாய்க்குமா?
வளத்த உசிரு நிக்குமா?
சிறுசும் பெருசும் மோதுது
எதிரும் புதிருமாய்ப் பாக்குது
காவு கேட்ட சாமியும்
கண்ண மூடி நிக்குது
மனுசன் தேதி வைச்சாலும் - பெரிய
மனுசன் தேதி என்ன தேதியோ?"

அந்தப் பாட்டைக் கேட்டதும் அதைப் பாடியது பாட்டுக்காரப் பொன்னம்மா என்பது புரிந்ததும் அவருக்குக் கோபம் வந்தது. எழுந்துபோய்ப் பொன்னம்மாவைத் திட்டிவிட்டு வரலாமா என்று நினைத்தார். பிறகு தன்னுடைய தகுதிக்கு அது ஆகாது என நினைத்துப் பின்வாங்கினார்.

தனக்கும் பேரனுக்கும் வீட்டில் நடந்தது அவளுக்குத் தெரிய வாய்ப்பே இல்லை. அவள் நேரில் பார்த்தது போல்

பாடுகிறாளே! அவளுக்கு ஒரு சக்தி இருக்க வேண்டும்... வீட்டுக்குள் நடந்ததைப் பாட்டில் சொல்கிறாளே! அவளிடம் கேட்டால் 'இந்தப் பாட்டுக்கும் எனக்கும் சம்பந்தமே இல்ல. இப்படித்தான் பல வூட்டுக்குப் போனா பாட்டு வருது. அந்தப் பாட்டு அந்தந்த வூட்டுக்குப் பொருத்தமா இருக்கு சாமி' என்று சொல்வாள். அது உண்மைதான். வீட்டில் கிடா வெட்டப் போவது மட்டுமே அவளுக்குத் தெரியும். கிடா வெட்டுக்குப் பேரனே குறுக்கே தடையாக இருப்பது அவளுக்குத் தெரியாது...

கதவைச் சாத்திவிட்டு அறைக்குள் வசந்தி போனபோது பாண்டியன் கட்டிலில் அவளுக்காகக் காத்திருப்பதைப் போல உட்கார்ந்திருந்தான்.

"அங்க தாத்தாவுக்கும் பேரனுக்கும் சண்ட. நீங்க கல்லு மாதிரி ஒக்காந்திருங்க" என்று மெதுவாகச் சொன்னாள் வசந்தி. பதில் எதுவும் சொல்லாத பாண்டியன் அவள் அழகைப் பருகினான். ஒரு பிள்ளை பெற்ற அடையாளமே உடலில் இல்லை. அவளின் முகத்தையும், முகத்துக்குக் கீழே கழுத்தையும், கழுத்துக்குக் கீழே மார்பகத்தையும், மார்புக்குக் கீழே வயிற்றையும், வயிற்றுக்குக் கீழே இடுப்பையும் பார்க்கிறபோது அவனுக்கு ஒரு மயக்கம் மோகமாய் வந்தது. மெள்ளமாய் இடது கையால் அவளின் கையைப் பற்றினான். அவனையறியாமலே அவன் வாய் விரிந்து வார்த்தைகளை நழுவவிட்டது. "ரொம்ப அழகா இருக்கே! ஒரு புள்ள பெத்த மாதிரி இல்ல."

ஒரு விநாடி அவள் முகம் வெட்கத்தில் சிவந்தது. ஆனால் அதை மறைத்துக்கொண்டு, "மாமனாருக்கும் பேரனுக்கும் சண்டங்கிறேன். நீங்க என்னமோ சொல்றீங்க" என்றாள். அவன் தன்னைச் சுதாரித்துக்கொண்டு, "இனிமே கெடாவப்பத்தி நாம யாரும் பேசக்கூடாது. கெடா வெட்டு அன்னைக்கிக் கெடாவக்கொண்டு போயி வெட்ட வேண்டியதுதான். அவனுகிட்டக் கேட்டா முடியாதுன்னுதான் சொல்வான்" என்றான்.

"எனக்கென்னவோ பயமா இருக்கு" என்றாள்.

"அந்த பயத்த நா போக்கிறேன், நீ வா" என்ற பாண்டியன் படுக்கைக்கு முன்னால் இருந்த டி.வி.க்கு உயிரூட்டினான். பிறகு, ரிமோட்டில் சானலை மாற்றி மாற்றிப் பார்த்தான். ஒரு சானலில் ஆங்கிலப் படம் ஓடியது. வெள்ளைக்கார

மாத்தளை சோமு | 133

ஆணும், வெள்ளைக்காரப் பெண்ணும் மிக நெருக்கமாகப் பேசிக் கொண்டிருந்தார்கள். சில விநாடிகளின் பின் வெள்ளைக்காரன் தனது உதட்டைப் பெண்ணின் உதட்டோடு வைத்து அழுத்தியபோது, பாண்டியன் வசந்தியைப் பார்த்துப் புன்னகைத்தான். வசந்தி முகத்தைச் சுழித்துக் கொண்டு, "சாப்பிட்டாச்சினா எங்கடா அவுத்துப் போடுற படம் போடுறான்னு பாக்க வேண்டியதுதான்" என்றாள்.

இது தினமும் நடக்கிற காட்சி. அவனுக்குப் பொழுது போக்கு இதுதான். காலையில் கடைக்குப் போனால், இரவில்தான் அவனால் வர முடிகிறது. வீட்டிற்கு வந்ததும் சாப்பிட்டு அரை மணி நேரம் எப்போதும் டி.வி. பார்ப்பான். டி.வி.யில் தமிழ்ப்படம் பார்த்தால், அவன் தூங்கப் போகிறான் என்பது ஓர் அடையாளம். ஆங்கிலப் படம் பார்க்கிறான் என்றால், அதன் அர்த்தமே வேறு. ஆங்கிலப் படத்தில் கண்ணை வைத்தால் தூங்க மாட்டான் அவன்.

வசந்தியைத் தன் பக்கத்தில் மிக நெருக்கமாக உட்கார வைத்தான் பாண்டியன். அவனுடைய எண்ணம் அவளுக்குப் புரிந்தது.

"செந்தீ தூங்கல. முழிச்சிருக்கான்."

"முழிச்சிருந்தா என்னா?"

"அவன் எப்ப வேணாலும் இங்க வருவான்."

"அவன் வரமாட்டான்" என்று சொன்ன பாண்டியன், வசந்தியைக் கட்டி அணைத்தான். அவன் முகம் அவள் முகத்தோடு ஒட்டியது. அவள் திமிறியபோதும் அவனின் தழுவல் அவளை மயக்கியது. அவள் தன்னை இழந்தாள். அந்த ஒன்றை எதிர்பார்த்த பாண்டியன், அவளை ஆட்கொள்வதில் முனைந்தபோது, திடீரென்று ஏதோ ஒன்று தாக்க, மயக்கத்திலிருந்து விடுபட்ட அவள், "நேர்த்திக்குத் தேதி வைச்சிட்டு, இந்த ஆட்டம் வேணாம்" என்று விடுவித்தாள்.

ஏமாற்றம் அடைந்த பாண்டியன், டி.வி.யை நிறுத்திவிட்டு, வசந்தியின் முகத்தைப் பார்க்க விரும்பாதவனைப்போல் மறுபக்கம் திரும்பிப் படுத்தான். அவனுடைய கோபத்தைப் புரிந்து கொண்ட அவள், அதைப் பெரிதாக எடுத்துக் கொள்ளவில்லை. இது போன்ற பல சந்தர்ப்பங்களையும்,

அச்சமயத்தில் உருவாகும் கோபத்தையும் அவள் அறிந்தவள்தான். அந்தக் கோபத்தையெல்லாம் நொடிப்பொழுதில் மறக்க வைக்கிற மந்திரம் தன்னிடம் இருப்பதை உணர்ந்த அவள், மறுபக்கம் திரும்பிப் படுத்தாள்.

சில நிமிடங்கள் உதிர்ந்தபோது பாண்டியன் மறுபக்கம் திரும்பி வசந்தியை நெருங்கினான். அவள் நெற்றியில் முத்தமிட்டான். கண்களைத் திறந்த அவள், 'திரும்பிப் படுத்திட்டு வெக்கமில்லாம இப்ப என்ன?' என்பது போல் பார்த்தாள். அவள் பார்வையின் அர்த்தம் புரியாத அவன், அவளையே உற்றுப் பார்த்து, அவள் கன்னத்தில் முத்தமிட்டான். அவள் தடுக்கவில்லை. அவனைத் தூண்டுவதைப் போல் இருந்தாள். உடல்கள் இரண்டின் நெருக்கத்தில் அவர்களின் அறிவு மயங்கி உணர்வு மேலோங்கி நின்றது.

அவன் மறுபடியும் அவளைத் தன் ஆளுகைக்குக் கொண்டுவர முற்பட்டபோது, கதவு தட்டப்படும் சத்தம் கேட்கவே, பாண்டியனைவிட்டுப் பிரிந்த வசந்தி, கட்டிலை விட்டு எழுந்தாள். கதவுக்கு வெளியே செந்தில் நின்றான்.

*

சேவல் கூவுகிற சத்தம் கேட்டுக் கண்களைத் திறந்து பார்த்தான் பாண்டியன். விடிந்து விட்டது என்று சேவல் மட்டும் சொல்லவில்லை. அந்த அறை ஜன்னல் வழியே உள்ளே புகுந்த வெளிச்சமும் சொல்லியது. படுக்கையில் வசந்தி இல்லை. வாசலில் சாணம் தெளித்துக் கோலம் போடப் போயிருப்பாள். செந்தில் தூங்கிக் கொண்டிருந்தான்.

பாண்டியன் இரவு ஒழுங்காகத் தூங்கவில்லை. செந்தில் வந்ததும் அவன் வசந்தியோடு படுத்துப் பேசிக் கொண்டிருந்ததும், அவனுக்குத் தூக்கம் வரத் தடையாக இருந்தது. செந்திலின் பிடிவாதத்தைப் பார்த்தால் 'அவன் கெடா வெட்ட வுட மாட்டான் போல இருக்கே' என்ற எண்ணம் அவனுக்குள் எழுந்தது. செந்தில் எழுந்திருப்பதற்கு முன்பே அப்பாவோடு பேச வேண்டும் என்று படுக்கையை விட்டு எழுந்தவன், பல்லை விளக்கி முகத்தைக் கழுவிவிட்டுத் திண்ணைக்கு வந்தான்.

திண்ணையில் சுவரில் சாய்ந்தவாறு முத்துராஜா உட்கார்ந்திருந்தார். ஒவ்வொரு நாளும் முதல் ஆளாய்ப் பல்லை விளக்கி, முகம் கழுவி ஒரு சொம்பு நிறையத் தண்ணீர் எடுத்துக்கொண்டு திண்ணையில் உட்கார்ந்துவிடுவார். கொஞ்சம் கொஞ்சமாகத் தண்ணீர் குடிப்பார். பிறகுதான் காபி குடிப்பார். அவருக்காகக் காமாட்சி தண்ணீரைச் சுடவைத்துச் சொம்பிலே ஒவ்வொரு நாளும் இரவிலே ஊற்றி வைப்பாள்.

"அப்பா" என்றான் பாண்டியன். கண்களைத் திறந்து பார்த்தார் முத்துராஜா.

"கெடா வெட்டப் பத்திச் செந்திலுக்கிட்டப் பேசாம, நம்ம வேலயப் பாக்க வேண்டியதுதான்" என்றான் பாண்டியன்.

"நானும் அப்புடிதான் நெனைக்கிறேன். நம்ம பாட்டுக்கு நம்ம வேலயப் பாப்போம். எதயாவது சொல்லிச் சமாளிச்சிட்டுக் கெடா வெட்டு அன்னைக்கிக் காரியத்த முடிக்க வேண்டியதுதான். இதெல்லாம் ஐயனாருட்ட வேலப்பா. நேர்த்திய மறந்ததுனால வந்த பிரச்சன..."

மௌனமாக நின்றான் பாண்டியன்.

"நீ ஒன்னும் யோசிக்காத.. நா பாத்துக்கிறேன். ஐயனாரு வழி காட்டுவாரு!" என்று முத்துராஜா தைரியமாகப் பேசினாலும், அவருக்குள் சில கேள்விகள் எழுந்து நின்றன. 'ஒரு ஆட்டுக்குட்டியோடு எவ்வாறு செந்திலுக்குப் பிரியம் வந்தது? கிராமத்தில் நடந்தால் நூற்றுக்கணக்கான ஆடுகள் குறுக்கும் நெடுக்குமாக ஓடும். ஆனால், அவற்றின் மீதெல்லாம் வராத பாசம் இந்த ஆட்டின்மீது எப்படி வந்தது? வெட்டுவதற்காகவே வளர்க்கிற ஆடு என்பது அவனுக்குத் தெரியும். பிறகு ஏன் வெட்ட வேண்டாம் என்கிறான்?'

பாண்டியன் தன் மௌனத்தைக் கலைத்து, "சரிப்பா... நா குளிச்சிட்டுக் கடைக்கிப் போறேன். கெடாவெட்டு அன்னைக்கி வேல செய்ய ரெண்டு பேருக்குச் சொல்லியிருக்கேன். வருவாங்க" என்று சொல்லிவிட்டுக் குளிக்கப் போனான். அவன் குளித்துவிட்டுச் சாப்பிடும்வரை செந்தில் படுக்கையிலிருந்து எழவில்லை.

பாண்டியன் கடைக்குப் போன பிறகு காலைப் பலகாரத்தைச் சாப்பிட்டுவிட்டு முத்துராஜா செருப்பைக் காலில் மாட்டிக் கொண்டு கருப்புக் குடையை விரித்துப் பிடித்தவாறு சிறுகுடி சாய்புவைப் பார்க்க நடந்தார். பத்தரை மணி பஸ்ஸில் சாய்பு மண்ணச்சநல்லூர் ரைஸ் மில்லுக்குப் போனாலும் போவார். அதற்கு முன்பே அவரைப் பார்க்க வேண்டும்.

சாய்பு வீடு சிறுகுடி பள்ளி வாசலருகே இருந்தது. பழைய வீடு. திண்ணையுடன் கட்டப்பட்ட வீடு. அவர் வசதிக்கு மாடி வீடு கட்டலாம். ஆனால், பள்ளிவாசலுக்குப் பக்கத்தில் உயரமான பெரிய வீடு கட்டக் கூடாது என்று அவர் அந்தப் பழைய வீட்டிலேயே இருக்கிறார். அவர் மகன் பக்கத்துத் தெருவில் மாடிவீடு கட்டியிருக்கிறான்.

மாத்தளை சோமு | 137

முத்துராஜா சாய்பு வீட்டிற்குப் போனபோது சாய்பு வீட்டில் இருந்தார். அவரைக் கண்டதும் வீட்டுக்குள்ளே இருந்து ஓடி வந்தார். "வாங்க பங்காளி..."

முத்துராஜா திண்ணையில் உட்கார்ந்தார்.

"என்ன பங்காளி... வூட்டுக்குள்ளே வாங்க..."

முத்துராஜா செருப்பைக் கழற்றி வைத்துவிட்டு, உள்ளே போனார். சாய்பு மனைவி "வாங்க மாமா" என்றாள்.

"நல்லா இருக்கீங்களா?" என்றார் பதிலுக்கு முத்துராஜா.

"அல்லாவோட ஆசிர்வாதத்தில நல்லா இருக்கேன் மாமா" என்றாள். சாய்பு, "அப்பறம் பேசலாம், பங்காளிக்குக் காபி கொண்டா" என்றார்.

"இருக்கட்டும் பங்காளி. நானும் காபி குடிச்சிட்டுத்தான் வர்றேன்" என்றார் முத்துராஜா.

சாய்பு விடவில்லை. "நீங்க குடிச்சா, நானும் குடிக்கலாம்." முத்துராஜா தலையசைத்தார். சாய்பு மனைவி காபி போட்டு எடுத்துவர உள்ளே போனாள். முத்துராஜா, சாய்பு முகத்தை நேருக்கு நேர் பார்த்து எதுவும் பேசாது மௌனமாக இருந்தார். அவரின் மௌனம் சாய்புவுக்கு முத்துராஜா எதையோ பேச விரும்புகிறார் என்பதைக் காட்டியது.

"என்ன பங்காளி! எதையோ கேக்க நினைக்கிறீங்களா?"

"ஆமாம்... பேரனப் பத்தி..."

சாய்புவின் நெற்றியில் சுருக்கங்கள் விழுந்தன. "பேரனப் பத்தியா?"

"ஆமா பங்காளி... மகனுக்குப் புள்ள பொறந்தா கெடா வெட்டுறோம்னு ஐயனாருகிட்ட வேண்டுனோம். அதுக்காக ஒரு கெடாவக் குட்டியில இருந்து வளத்தோம். அந்தக் குட்டியோட பேரன் சிநேகமாயிட்டான். இப்ப என்னான்னா, அத வெட்ட வுட மாட்டேங்கிறான். கெடாவ வெட்டலேனா சாமி குத்தமாயிடும். சாதி சனத்துக்குக் கெடா வெட்டுப் பூசயப் பத்திச் சொல்லிட்டேன். ஆனா, பேரன் முரண்டு பண்றான்."

சாய்பு யோசித்துப் பேசுவதற்குள் சாய்பு மனைவி காபி போட்டு எடுத்துக்கொண்டு வந்துவிட்டாள். முத்துராஜாவுக்கு

எவர்சில்வர் டம்ளரில் காபியும், சாய்புவுக்குத் துபையிலிருந்து வந்த பீங்கான் கப்பில் காபியும் வந்தது.

"பங்காளி காபியக் குடிங்க. அப்புறம் பேசுவோம்" என்றார் சாய்பு. சாய்பு மனைவி உள்ளே போய்விட்டாள். சாய்பு காபியைக் கொஞ்சம் குடித்துவிட்டுப் பேசினார்.

"பங்காளி... ஒன்னுக்கும் யோசிக்காதீங்க! கெடா வெட்டுக்கு எல்லா வேலையும் பாருங்க. அன்னைக்கி ஒங்க சாதி சனம் வரும். அவங்க எல்லாத்தையும் பாப்பாங்க. சாமி குத்தம் ஆகாம, கெடாவ வெட்டிருங்க. மொதல்ல சத்தம் போடுவான் பேரன். அப்புறம் சரியாப் போகும்!"

சாய்பு காபியை மறுபடியும் குடித்தார்.

"பேரன் பேச்சுக்கெல்லாம் பயந்தா பங்காளி காரியம் பாக்க முடியாது. அவன் சின்னப் புள்ள. அவனுக்கு என்னா தெரியும்? ஏதோ ஒரு வேகத்தில் சொல்றான். அதக் காதில வாங்காம ஒங்க வேலய நீங்க பாருங்க!"

சாய்புவின் வார்த்தைகள் முத்துராஜாவிற்குத் தைரியத்தைக் கொடுத்தன. காபியைக் குடித்துவிட்டுப் பேசினார். "நேத்து ராத்திரியில இருந்து மனசு கலங்கிப் போச்சி பங்காளி! இப்ப மனச விட்டுப் பேசினப்பறம்தான் தெம்பா இருக்கு!"

"தைரியமா வேலயப் பாருங்க பங்காளி... ஐயனாரு கைய வுடமாட்டாரு." என்று தைரியம் கொடுத்தார் சாய்பு.

முத்துராஜாவின் முகத்தில் ஒரு வெளிச்சம் துளிர்த்தது. சாய்பு பள்ளிவாசலில் தொழுபவராக இருந்தாலும், அந்தக் கிராமத்துத் திருவிழாக்களை மதிப்பவர். ஐயனார் கோயிலைப் பற்றி நன்கு அறிந்தவர். அந்தக் கோயில் பூசாரி வம்சத்தோடு உறவு கொண்டவர். இப்போதைய பூசாரியின் பாட்டனாரை அவருக்குத் தெரியும். அவர் கோயில் பூசை முடிந்த பிறகு வீட்டிற்கு வருவார். திண்ணையில்தான் இருப்பார். எதுவுமே குடிக்க மாட்டார். அது சாய்பு வீட்டில் மட்டுமல்ல, சொந்தக்காரர் வீட்டில்கூட அவர் எதுவுமே குடிக்க மாட்டார். கோயில் பூசையைக்கூட வாயைக் கட்டித்தான் செய்வார். பூசையின்போது வாய் எச்சில் படக்கூடாதாம்.

அந்தப் பூசாரிதான் சாய்புவிடம் முத்துராஜாவை அறிமுகம் செய்தார். அது இன்றைக்கும் தொடர்கிறது. தனக்குள்

முடிவு காண முடியாத விவகாரம் என்றால், முத்துராஜா சாய்புவிடம்தான் அதைப் பற்றிப் பேசி முடிவெடுக்க வருவார். அதேபோல் சாய்புவும் தனது குடும்ப விவகாரங்களில் பிரச்சனை என்றால் முத்துராஜாவை ஆலமரத்தடிக்கு அழைத்துச் சென்று பேசுவார். ஒரு முறை தனது கடைசி மகளின் காதல் குறித்துப் பேச முத்துராஜாவை அழைத்துப் போனார். முத்துராஜாவிடம் கதையைச் சொன்னார் சாய்பு.

“ரெண்டு பேரும் முஸ்லீம்தானே சாய்பு... அப்புறம்” என்று இழுத்தார் முத்துராஜா.

“பையன் நல்லவன், கெட்டிக்காரன். ஆனா படிப்பில்ல, சொத்து சொகமில்ல. அப்பன் குடிகாரன். அம்மா வட சுட்டுப் பொழைக்குது. எனக்குக் கட்டிக் குடுக்கலாம்னு மனசுக்குள்ள அபிப்பிராயம் இருக்கு. ஆனா, மூத்த மருமகன், குடிகாரன் மவன் எனக்குச் சகலயா வரக்கூடாதுங்கிறான்!” என்று பிரச்சனையின் மூலத்தை அவிழ்த்தார்.

“அது சரி, ரைஸ் மில்லில இருக்கிற பையனுக்கும், சிறுகுடியில இருக்கிற ஒங்க மவளுக்கும் காதல் எப்படி?”

“அந்தப் பையன் வூட்டுக்குச் சமையலுக்குத் தேவையான அரிசி, பருப்பு அப்பப்ப கொண்டு வருவான். மகளப் பாத்திருக்கான்.”

“அது சரி, காதல யார் சொன்னது பங்காளி?”

“மகதான். அவளுக்கு மாப்புள்ள பாக்க நெனைச்சப்ப, அவளே ரைஸ் மில் லத்தீப்பக் கட்டுவேனு சொன்னா.”

முத்துராஜா மெள்ளமாய்த் தயக்கத்துடன் “பங்காளி... இப்பப் பிரச்சனை மூத்த மருமகன் கையில இருக்கு. நீங்க சம்மதிச்சா, மருமகனோட பேசிப் பார்க்கிறேன்.”

சாய்பு சம்மதித்தார். ஒரு வாரத்திற்குப் பிறகு மண்ணச்சநல்லூர் போய், சாய்பு மருமகனைப் பார்த்துப் பேசினார். பேச்சு முடிந்தது. சாய்புவைப் பார்த்து மகிழ்ச்சியோடு சொன்னார். “மருமகன் சம்மதிச்சிட்டாரு. கல்யாண வேலயப் பாருங்க பங்காளி.”

சாய்புவால் நம்ப முடியவில்லை. “எப்புடி பங்காளி?”

“மருமகனுக்கிட்டக் கேட்டேன். நீங்க வேற மாப்புள்ள பாக்கப் போறீங்கன்னு வைங்க. அத அறிஞ்சு பையனும், பொண்ணும் ஓடிப் போனா என்ன செய்வீங்க? பேசாம, பையனோட பேசுங்க. அவன மனுசனாக்குங்க. அவன் திறமையானவன்னு கேள்விப்பட்டேன். அப்பன் குடிகாரனானாலும், பையன் நல்லவன். பணமுள்ளவன், வசதியானவன் வேற யாரும் கெடைப்பாங்க. ஆனா, நல்ல பையன் கெடைப்பானா? நா இப்புடிக் கேட்டதும் மருமகன் என் கையைப் புடிச்சிகிட்டு, மாமாகிட்ட நீங்களே சொல்லிக் கல்யாணத்துக்குத் தேதி வைக்கச் சொல்லுங்கனு சொன்னாரு...”

சாய்பு உள்ளம் உருகிப் பேசினார் “பங்காளி! உங்க அனுபவம் மருமகன மாத்திருச்சி! நா பொண்ணக் குடுத்தவன் மருமகனுக்கிட்ட எப்புடிப் பேசுவேன்?”

“பங்காளி, கல்யாணம் நல்லா நடக்கும். அந்தப் பையனும் நல்லா வருவான்” என்று வாழ்த்தினார் முத்துராஜா.

இன்று அந்தப் பையன் சாய்புவின் மருமகனாகி, ரைஸ் மில்லையே நடத்துகிறான். மூத்த மருமகன் வீடு வாங்கிக்கொண்டு திருச்சிக்குப் போய் இரும்புக்கடை நடத்துகிறார்.

“அப்ப பங்காளி, நா வர்றேன்” என்று முத்துராஜா சாய்புவைப் பார்த்தார். சாய்பு, “இருந்து சாப்பிட்டுப் போவலாமே” என்றார்.

“இல்ல பங்காளி, நெறைய வேல இருக்கு. அப்பறம் கெடாவெட்டு முடிஞ்சதும் வர்றேன். சாப்புடலாம். அப்ப நா வர்றேன்” என்ற முத்துராஜா புறப்பட்டார்.

“கெடா வெட்டுக்குக் கோயிலுக்கு வர முடியலேன்னாலும், என்ன ஒதவி வேணும்னாலும் கேளுங்க பங்காளி... சாய்புன்னு ஒதுக்கிறாதீங்க.”

“பங்காளி, ஒங்கள சாய்பா பாக்கல. பங்காளியாப் பாக்கிறேன். எனக்கு நல்ல அரிசி ஒரு மூட வேணும். வூட்டுக்கு அனுப்பி வைங்க.”

“மருமகனுக்கிட்டச் சொல்லி நாளைக்கே அரிசிய அனுப்பச் சொல்றேன். கெடா வெட்டன்னைக்கி ஒங்க வூட்டுல இருந்து சாமான் சட்டுக் கொண்டு போவச் சின்ன வேன்

வரச்சொல்றேன். வேன் காத்தால ஆறு மணிக்கு இருந்தாப் போதும்னு நெனைக்கிறேன்."

"பங்காளி... ஏன் மவன் கல்யாணத்துக்கு நெறைய ஒதவி செஞ்சீங்க. இப்ப கெடா வெட்டுக்கு ஒதவி செய்றீங்க. இதுக்கெல்லாம் நா என்ன செய்யப் போறேனோ தெரியல்ல..." என்று கலங்கியவாறு வார்த்தைகளை உதிர்த்தார் முத்துராஜா. சாய்பு வாய் விட்டுச் சிரித்துவிட்டு, "அப்ப நீங்க எனக்கு ஒன்னுமே செய்யலியா? எத்தனையோ இருக்கு... அத இப்பப் பட்டியல் போட வேணாம்னு பாக்கிறேன் பங்காளி" என்றார்.

முத்துராஜா கால் செருப்பை மாட்டிக்கொண்டு விரித்த குடை நிழலோடு வேகமாக நடந்தார். தண்ணீர்த் தொட்டியருகே போனபோது திருச்சிக்குப் போகிற பஸ் வந்தது. சிறுகுடியில் பயணிகளை ஏற்றவும், இறக்கவும் நின்றது. முத்துராஜா குடையை மடக்கி எடுத்துக்கொண்டு பஸ்ஸில் ஏறினார். பஸ்ஸில் உட்கார இடம் கிடைக்கவில்லை. கம்பியைப் பிடித்துக்கொண்டு நின்றார். அவருக்கு முன்னே பாட்டுக்காரப் பொன்னம்மா நின்றாள்.

'இவள் எங்கே போகிறாள்?' என்று நினைத்துக் கொண்டே, "பொன்னம்மா" என்று அழைத்தார். அவர் யாரிடமும் எப்போதும் எங்கே போகிறாய் என்று கேட்க மாட்டார். தன்னிடமும் அதே போன்று கேட்கக் கூடாது என்பது அவரின் எண்ணமாகும். இதையெல்லாம் புரிந்த பொன்னம்மா, "திருவெள்ளறைக்குப் போறேன் சாமி. பெருமாளப் பாக்கணும்" என்றாள்.

அப்போது, "நானும் திருவெள்ளறைக்குத்தான் போறேன்" என்றார் முத்துராஜா.

பஸ் புறப்பட்டு மேட்டில் ஏறி, பள்ளத்தில் இறங்கிக் குழியில் விழுந்து ஏறிப் போனபோது, பஸ்ஸே குலுங்கியது. பஸ் ஒருவாறு ஆடி, அசைந்து சிறுப்பத்தூர் போய் நின்றபோது பலர் இறங்கினார்கள். அதனால் அவருக்கு உட்கார இடம் கிடைத்தது. உட்கார்ந்தார். பொன்னம்மாவுக்கும் வேறு இடத்தில் உட்கார இடம் கிடைத்தது.

திருவெள்ளறையில் பஸ்ஸை விட்டு இறங்கிய முத்துராஜா, குடையை விரித்துப் பிடித்துக் கொண்டு ஒரு விநாடி பொன்னம்மாவோடு கோயிலுக்குப் போவதா? மகன் கடைக்குப் போவதா? என யோசித்தார். அப்போது அவரருகே நின்ற

பொன்னம்மா, "நா கோயிலுக்குத்தான் போறேன். நீங்களும் வர்றீங்களா சாமி" என்று அழைத்தாள். அவள் அழைப்பைத் தட்ட முடியாமல், கோயிலுக்குப் போக வேண்டுமென்ற எண்ணம் மேலிட முத்துராஜா கோயிலை நோக்கி நடந்தார். பொன்னம்மா வெறுங்காலோடு குடை நிழல் இல்லாமல் வேகமாக நடந்தாள். எப்போதும் ஓடிக் கொண்டே இருக்கிறவள். அவரைப் போலக் குடும்பம் என்ற கூட்டுக்குள் சிறைப்பட்ட பறவை அல்ல அவள். நதி போல ஓடுகிறவள்.

முத்துராஜா மெள்ளமாய்ப் பேச்சைத் தொடங்கினார்... "என்ன திடீர்னு பெருமாளப் பாக்கப் போற?"

"ராத்திரி கனவுல பெருமாள் வந்துட்டாரு. பாத்தா திருப்பதி வெங்கடாசலபதி மாதிரி தெரிஞ்சுது. திருப்பதிக்கு எங்க நாம போறது? அதான், திருவெள்ளறையில இருக்கிற பெருமாளப் பாக்க வந்தேன்" என்றாள் பொன்னம்மா.

"எல்லாக் கோயில்லயும் இருக்கிற பெருமாள் ஒன்னுதான். ஆனா, மனுசங்களுக்கு அது தெரியல. திருப்பதியில கூட்டம் தாங்க முடியல. ஆனா, திருவெள்ளறையில பெருமாளப் பாக்கக் கூட்டமே இல்ல. கடவுளையே மவுசு வைச்சுக் கும்பிட்டா அருள் எப்படிக் கிடைக்கும் பொன்னம்மா?"

இருவரும் பேசிக்கொண்டே கோயிலுக்கு வந்தார்கள். ஒன்றாகவே கோயிலுக்குப் போனார்கள். பெருமாளைக் கண்குளிரப் பார்த்து, பிறகு கண்களை மூடித் திறந்தபோது பொன்னம்மாவைக் காணவில்லை. கோயிலுக்கு வந்தால் திடீரென்று சொல்லாமல் போய்விடுவாள் என்பதை முன்பே தெரிந்து கொண்டிருந்த முத்துராஜா, உள்வீதியைச் சுற்றிவிட்டுக் கோயிலை விட்டு வெளியே வந்தபோது சோழி ராமசாமியைப் பார்த்தார்.

(தொடரும்)

சோழி ராமசாமியைப் பார்த்ததும் 'வாப்பா சோழி' என்று சொல்ல நினைத்த முத்துராஜா, அப்படிச் சொன்னால் கோபப்படுவான் என்பது நினைவுக்கு வரவே, "வாப்பா! நல்ல நேரத்தில நீ வந்த... பெருமாள்தான் ஒன்ன அனுப்பியிருக்காரு" என்றார். அவர் சொன்னது எதுவும் புரியாத சோழி ராமசாமி, "வணக்கம் சாமி. ஒங்களப் பாக்கிறதே, பெருமாளப் பாக்கிற மாதிரிதான்" என்றான்.

முத்துராஜா, "பெருமாள ஏன் ரூபத்தில பாக்காத. நா மனுசன், ஒன்னப் போல" என்று சொல்லிவிட்டு, "அது இருக்கட்டும், சோழி கொண்ணாந்திருக்கியா?" என்று கேட்டார். "சோழி இல்லாம வருவனா?" என்று ராமசாமி சொன்னதும், "அதான் ஒன் பேருலயே சோழி இருக்கே" என்று சொல்ல நினைத்த முத்துராஜா, சொல்லவில்லை.

முத்துராஜா சுற்றும் முற்றும் பார்த்தார். எங்கே ஒதுங்கி உட்காரலாம் என்பது அவரின் நோக்கமாக இருந்தது. ஒழுங்கான இடம் தெரியவில்லை. கோயிலுக்கு முன்னால் இருந்த பழைய காலத்துக் கல் மண்டபத்தில் மனிதர்கள் ஆங்காங்கே படுத்திருந்தார்கள். நாய்களும் படுத்துக் கிடந்தன.

"இங்க ஒழுங்கான இடம் இல்ல. கோயில் உள்ளார போவோம் வாப்பா..."

இருவரும் கோயிலுக்குள்ளே போனார்கள். உள்ளே கோயில் சுற்று மதிலருகே மண்டபம் இருந்தது. அங்கு எவரும் இல்லை. இருவரும் அந்த மண்டபத்திற்குப் போய் அமர்ந்தார்கள்.

ராமசாமி சோழிகளைக் கையிலே வைத்துக் கும்பிட்டுப் பிறகு குலுக்கிப் போட்டான். சோழிகள்

குலுங்கி விழுந்தன. குப்புற விழுந்ததை எண்ணிப் பார்த்தான். "ம்... சொல்லுங்க..." என்றான்.

"கெடா வெட்டு, பிரச்சனை இல்லாம நடக்குமா? சோழி போட்டுப் பாருப்பா..." என்றார் முத்துராஜா.

ராமசாமி சோழிகளைக் குலுக்கிப் போட்டுப் பார்த்தான். அவன் நினைத்த எண்கள் கிடைக்கவில்லை. மறுபடியும் போட்டுப் பார்த்தான். திருப்தி வரவில்லை.

"ஏதோ பிரச்சனை இருக்குதே சாமி... சோழி அப்படித்தான் சொல்லுது!"

"பிரச்சன இருக்குனு தெரியும். அது சரியாப் போகுமா? அதப் பாத்துச் சொல்லு."

ராமசாமி மறுபடியும் கடவுளை மனதுக்குள் வேண்டிச் சோழிகளைக் குலுக்கிப் போட்டான். அப்போதும் வந்த எண்ணிக்கை அவனைப் பொறுத்தவரையில் சரியில்லை. ஆனால், அதனை அவரிடம் எவ்வாறு சொல்வது என யோசித்து, "கொஞ்சம் கஷ்டமாத்தான் இருக்கு. நீங்க மனசு வைச்சா முடிச்சிறலாம்" என்றான்.

"அப்படியா?"

"சாமி, என்ன பிரச்சனை சொல்லுங்க..." என்று கேட்டான் ராமசாமி.

"வேற ஒன்னும் இல்லப்பா, பேரன்தான் பிரச்சனை. கெடாவ வெட்ட வுட மாட்டேங்கிறான். அதோட பழகிட்டான். அதான் பிரச்சன."

அப்போது ராமசாமி, "முள்ள, முள்ளால எடுக்கணும். பேரனுக்கிட்ட ஒன் கெடாவ வெட்டலேனு சொல்லுங்க. பேரன் கெடாவ வூட்டுல வைச்சுப் பூட்டுங்க. சாவிய பேரனுக்கிட்டக் குடுங்க. பேரன் சாவியோட கோயிலுக்குப் போவான். அவன் போனப்புறம் இன்னொரு சாவியப் போட்டுக் கெடாவக் கோயிலுக்குக் கொன்னாந்து தண்ணி தெளிச்சிருங்க. இல்லேனா வூட்டுல இருக்கிற மாதிரியே கருப்புக் கெடாவ எங்கயாவது வாங்கிட்டு வந்து அத வூட்டுல பூட்டி வைச்சிட்டு நேர்த்திக் கெடாவ எடுத்திட்டுப் போங்க. அங்க தண்ணி தெளிச்சுக் கெடாவ வெட்டிறலாம்!" என்றான்.

மாத்தளை சோமு | 145

முத்துராஜா முகத்தில் வெளிச்சம் படர்ந்தது. ராமசாமியின் இரண்டாவது யோசனை சரியாகப் பட்டது. "நீ சொன்னதில ரெண்டாவது சரியாகும். நேர்த்திக் கெடா மாதிரி ஒன்னப் புடிச்சிகிட்டு வந்து தெரிஞ்சவங்க வூட்டுல வைச்சிக்கணும். நேர்த்திக் கெடாவ ரூம்ல பூட்டிச் சாவியப் பேரனுக்கிட்டயே குடுக்கணும். அப்பத்தான் அவன் நம்புவான்.

"அப்பறம் பேரன் கோயிலுக்குப் போனதும் மத்த சாவியப் போட்டு ரூமத் தொறந்து நேர்த்திக் கெடாவ எடுத்திட்டு அதே மாதிரி வாங்கின கெடாவ ரூம்ல பூட்டி வைச்சிர வேண்டியதுதான். வேற வழி கெடயாது."

கிடா வெட்டு சுலபமாக முடிந்த உணர்வில் இருந்தார் முத்துராஜா.

"சரிப்பா... உன்னப் பாத்ததில மனசுக்கு சந்தோசமா இருக்கு. நீயும் கெடா வெட்டுக்கு வந்திரு" என்ற முத்துராஜா, இருபது ரூபாவை எடுத்து ராமசாமியிடம் கொடுத்து, "இத சும்மா வச்சுக்க" என்றார். ராமசாமி மகிழ்ச்சியோடு அந்தப் பணத்தை வாங்கிக் கொண்டான். பிறகு சொன்னான்... "நா அவசரமா சிறுப்பத்தூர் போவணும். சிலோனுக்குப் போயிட்டு வந்த சுந்தரமூர்த்தியப் பாக்கணும். என்ன வரச்சொன்னாராம். போயிட்டு வர்றேன்."

முத்துராஜா விடவில்லை. "யாரு, ஏரோப்பிளேன் கந்தசாமி மவனா? அவங்க அப்பா பெரிய மனுசன். மொத மொத இந்தச் சுத்து வட்டாரத்திலயே ஏரோப்பிளேன்ல சிலோன் போனவரு. அதனால அவர ஏரோப்பிளான் கந்தசாமினு சொன்னாங்க. அவரு பஞ்சாயத்துத் தலைவரா இருந்தப்ப சிறுகுடியில இருந்து மண்ணச்சநல்லூர் வரைக்கும் பஸ் ஓடுற ரோட்டுல ரெண்டு பக்கத்திலயும் புளிய மரத்த நட்டு வைச்சாரு. அதனால பஞ்சாயத்துக்கு வருமானம். ஏழை, பாழைகளுக்கு நெழல் கெடைச்சது. இப்ப எவன் மரம் நடுறான்? இருக்கிற மரத்தை வெட்டுறானுக!" என்று தனக்குள் இருந்த செய்திகளைச் சொன்னார்.

சோழி ராமசாமி டூவீலரில் உட்கார்ந்து போனான். முத்துராஜா மொட்டைக் கோபுரத்தைப் பார்த்தார். அவரின் மனது மெதுவாய்ப் பழைய பக்கங்களைப் புரட்டிப் போட்டது.

கல்யாணமாகி ஒரு வருடத்திற்குப் பிறகு முத்துராஜா மனைவி காமாட்சியோடு திருவெள்ளறைக் கோயில் தேர் பார்க்க வந்தார். தேருக்கு அப்பகுதியில் உள்ள கிராமத்து மக்கள் குடும்பத்தோடு வந்திருந்தார்கள். முத்துராஜாவும் காமாட்சியும் கோவிலுக்குள்ளே மூலஸ்தானத்தில் எழுந்தருளியிருக்கும் பெருமாளைப் பார்த்து வணங்கினார்கள். பிறகு தேரில் இருக்கும் பெருமாளைப் பார்க்க வந்தார்கள். தேருக்குப் பக்கத்திலேயே போக முடியவில்லை. கூட்டம் முன்னுக்கும் பின்னுக்கும் தள்ளியது.

"காமாட்சி, கூட்டம் பயங்கரமா இருக்கு. தேர்ப்பக்கமே போவ முடியல. பேசாம வூட்டுக்குப் போவோம்" என்று முத்துராஜா சொன்னபோது அவள் அதை மறுத்தாள். "இம்புட்டுத் தூரம் வந்துட்டுத் தேர் பாக்காமப் போறதா? நீங்க வேணும்னா இங்க இருங்க. நா போயி தேர்ல இருக்கிற பெருமாளப் பாத்திட்டு வாறேன்."

காமாட்சி அவரின் பதிலைக்கூட எதிர்பார்க்காமல் 'விறுவிறு'வென்று நடந்து கூட்டத்தோடு கலந்தாள். பதறிப்போன முத்துராஜா, கூட்டத்தில் கலந்த காமாட்சியைக் காணாது, இந்தக் கூட்டத்தில் எங்கே தேடுவது எனத் தவித்தார். தேர் மெதுமெதுவாக நகர்ந்தது. தேர் திரும்பவும் தேரடிக்கு வர இரண்டு மணி நேரத்திற்கு மேல் ஆகலாம். நெருப்புப் பரவியது போல் வெயில் அடித்தது. தாகம் மேலிட்டதால் கோயில் கோபுரத்திற்கு இடது பக்கம் இருந்த தண்ணீர்ப் பந்தலுக்குப் போய் மோர் வாங்கிக் குடித்தார். அப்போது ஒரு கை அவரைத் தொட்டது. அது யார் என்று பார்த்தார். தொட்டது காமாட்சி.

"உன்ன இந்தக் கூட்டத்தில எங்க தேடுறது? நீ பாட்டுக்கு விறுவிறுன்னு போயிட்ட..."

"எப்புடியோ தேர்ல இருக்கிற பெருமாளப் பாத்திட்டேன்."

"அப்பறம் எப்படி என்னக் கண்டு புடிச்ச?"

"தாகமா இருந்திச்சி. மோர் குடிக்க வந்தேன். அப்பறம் ஒங்களப் பாத்தேன்."

"ஊருக்குப் போவலாமா?"

"ஊர்ல போயி என்ன செய்யப் போறீங்க?" தேருக்காக நெறையக் கட வந்திருக்கு. ஒன்னொன்னாப் பாத்திட்டுப் போவலாமே!"

முத்துராஜா வேறு வழியின்றித் தலையசைத்து, அவள் பின்னே நடந்தார். சிறிது தூரம் போனதும் காமாட்சி காதில் மெதுவாகச் சொன்னார். "வூட்டுல யாரும் இல்ல, போவலாமே! ஒனக்கு வேணுங்கிறத திருச்சிக்குக் கூட்டிக்கிட்டுப் போயி வாங்கித் தாறேன்."

காமாட்சிக்குக் கோபம் வந்தது. "வூட்டுல யாரும் இல்ல... போவலாமா? எதுக்கு? கோயிலுக்கு வந்தும் புத்தி போவல.. ராத்திரிதான் இம்ச தாங்க முடியலேனா, பகல்லயுமா?" என்று சொல்லவும், முத்துராஜா மௌனமானார்.

அப்போது காமாட்சி சொன்னாள்... "கோயிலுக்கு வந்தா புத்தி சுத்தமா இருக்கணும். ஈனப்புத்தியோட கோயிலுக்கு வரக்கூடாது!"

அந்த வார்த்தைகள் இப்போதும் அவர் காதில் ஒலித்துக்கொண்டே இருக்கின்றன.

வழி நெடுக வீட்டுச் சுவர்களில் இருந்த திருச்சி சாரதாஸ் விளம்பரத்தைப் பார்த்துக் கொண்டே நடந்தார். அந்த விளம்பரம் திருச்சி மாவட்டம் முழுவதும் பரப்பப்பட்டுள்ளது. திருச்சி என்றால் மலைக்கோட்டையும், அதற்கடுத்து நினைவுக்கு வருமளவு இருப்பது தெப்பக்குளத்துக்கும், மலைக்கோட்டைக்கும் இடையில் இருக்கிற திருச்சி சாரதாஸ் புகழ் பெற்ற ஜவுளிக்கடையாகும். தமிழகத்திலேயே மிகப்பெரிய ஜவுளிக்கடை. அங்குதான் பாண்டியன் திருமணத்திற்கு ஜவுளியெடுத்தார். திருமணத்திற்கு ஜவுளி என்றதும் கடை முதலாளி ஒரு தட்டில் மஞ்சள் குங்குமத்தோடு ஆயிரம் ரூபாய் மொய் வைத்துக் கொடுத்தார்.

முத்துராஜா மகனின் கடைக்குப் போனபோது கடையில் கூட்டம் இல்லை. 'இந்த நேரத்தில் அப்பா எப்படி இங்கே?' என்பது போல் அவரைப் பார்த்தான் மகன். அவனின் பார்வையை அறிந்த அவர், அதற்குப் பதில் சொல்வது போல் பேசினார். "பெருமாள் கோயிலுக்குப் போனேன். அங்க சோழி ராமசாமியை பார்த்தேன். கெடா வெட்டுக் கஷ்டப்பட்டுத்தான் செய்யனும்னு சோழிபோட்டுப் பாத்துச் சொன்னான். ஆனா அவன் ஒரு யோசனை சொன்னான்."

முத்துராஜா, சோழி ராமசாமி சொன்ன யோசனையைச் சொன்னார். பாண்டியனுக்கு அது சரியானது எனப்பட்டது.

“அப்படியே செய்யலாம் அப்பா...”

“கெடாவுக்குச் சொல்லிட்டியா? சோழி ராமசாமி சொன்னதுபோல ஒரு கெடாவப் புடிச்சு வை. அத காத்தால கொன்னாந்தாப் போதும். எல்லாம் ரகசியமா இருக்கட்டும்.”

“கெடாவுக்குச் சொல்லிட்டேன். திரும்பச் சொல்லணும். அதச் சொல்லிறலாம். அப்பறம் பந்தலுக்குச் சொல்லிட்டேன். வர்ற புதன் கெழம பந்தல் போட்டுடுவாங்க. ஞாயிறுதானே கெடா வெட்டு. வர்றவங்க நெழல்ல இருக்கப் பந்தல் போதும்...”

“எல்லாம் நல்ல படியா முடியும்னு நெனைக்கிறேன்...” என்ற முத்துராஜா, “எத்தன மணிக்கு நம்மூருக்கு பஸ்?” என்று கேட்டார். கைக்கடிகாரத்தைப் பார்த்த பாண்டியன், “இன்னும் பத்து நிமிசத்தில வரும்” என்றான்.

“சரிப்பா, நா அந்த பஸ்ஸில ஊருக்குப் போறேன்” என்ற முத்துராஜா, பஸ் நிற்கும் இடத்திற்குப் போனார். மகன் சொன்னது போல் குறித்த நேரத்தில் பஸ் வந்தது. பஸ்ஸில் கூட்டமில்லை. இடம் கிடைத்தது. உட்கார்ந்தார். அதே பஸ்ஸில் பொன்னம்மா டிரைவருக்குப் பின்பக்கமாய் உட்கார்ந்திருப்பதைப் பார்த்தார். ஆனால் அவள் தன்னைப் பார்த்துவிடக்கூடாது என்பதற்காகத் தலையைக் கவிழ்த்தவாறு வந்தார். தன்னைப் பார்த்தால் நடந்ததையெல்லாம் பார்வையாலேயே தெரிந்து கொள்வாளோ என்ற ஓர் அச்சம் அவருக்கு வந்தது. நல்லவேளை, அவள் திருவெள்ளறைக்கு அடுத்த ஊரான சாலப்பட்டியில் இறங்கிவிட்டாள். அவள் போன பிறகுதான் அவர் தலையை நிமிர்த்தினார்.

சிறுகுடியில் இறங்கிய முத்துராஜா, சாய்பு கடைக்குப் போனார். அவரைக் கண்டதும் “வாங்க பங்காளி... நல்ல நேரத்தில அல்லா உங்களக் கொன்னாந்திருக்கான். ஒங்களப் பாக்கணும்னு நெனச்சேன்” என்று வரவேற்றார்.

“அப்படியா? நா திருவெள்ளறைக்குப் போயிட்டு இப்பதான் பஸ்ஸில வர்றேன். வூட்டுக்குப் போவ முன்னம் ஒங்களப் பாக்கணும்னு வந்தேன்!” என்றார் முத்துராஜா. சாய்பு சுற்றும் முற்றும் பார்த்துவிட்டு, “பங்காளிக்கிட்ட ஒரு யோசனை கேக்கலாம்னு இருக்கேன். ஏன் கடேசி மவன் தனியாப் போவணும்கிறான். அவன் மேல நம்பிக்க வச்சிருந்தேன். கடேசி

மாத்தளை சோமு | 149

வரைக்கும் என்னோட இருப்பான்னு நெனச்சேன். கல்யாணம் முடிஞ்சி ஒரு வருசம்தான் ஆகுது... தனியாப் போறேங்கிறான்..."

"இப்ப யார் யார் ஒங்களோட இருக்கா?"

"ஏன் கடேசி மவன். கடேசி மவ. மத்தது நாங்க... மொத்தம் ஆறு பேர் வூட்டுல இருக்கோம்."

"சின்ன வூடு... ஆறு பேர்... அப்பறம் புள்ள குட்டிக வந்துட்டா... சாய்பு... நம்ம காலம் வேற, அவங்க காலம் வேற... தனியாப் போறேன்னா சண்டப் போடாம அனுப்பி வைங்க. படைச்சவன் ஒங்களக் காப்பாத்தாமலா போவான்? பிரச்சனயைப் பேசாதீங்க... ஏன் மகனுக்கு வசதி குறைவு... அதான் ஒன்னா இருக்கான். இல்லேன்னா அவனும் தனியாப் போயிருப்பான்! சரி, மத்த மகன்மாருங்க, மருமகன்மாருங்க என்னா சொல்றாங்க?"

"எல்லா மகன்மாரும் சின்னவன் தனியாப் போறேன்னா போகட்டும்னு சொல்றாங்க. ரெண்டு மருமகன்ல ஒருத்தர் திருச்சியில இருக்காரு. அவரும் சின்னவன் தனியாப் போனாப் போகட்டும்னு சொல்றாரு. கடேசி மருமகன் அதான் ரைஸ்மில்லப் பாக்கிறவரு நம்மளோடதான் வூட்டுல இருக்காரு. அவரு மக மூலமா நாங்க தனியாப் போக மாட்டோம், ஒங்களோடதான் இருப்பேனு சொல்லிட்டாரு!"

"அப்பறம் என்னா பங்காளி?... ஒரு கதவு மூடுனா, இன்னொரு கதவு திறக்கும்னு பெரியவங்க சொல்வாங்க! இப்ப ஒங்க மகளும் மருமகனும் ஒங்களோட இருக்கிறேங்கறாங்களே, அதுவே பெருசு பங்காளி!"

சாய்பு யோசித்தார். பிறகு, "எந்தப் பையன நமக்கு மருமகனாக்கிறதான்னு நெனச்சேனோ, அவன்தான் கூட இருக்கேங்கிறான் பங்காளி!" என்றார்.

அப்போது முத்துராஜா சொன்னார், "மகன் கூட இருக்கிறதவிட, மகளும், மருமகனும் இருக்கிறது நல்லது பங்காளி..."

"எல்லாம் அல்லாவோட கட்டளை பங்காளி" என்ற சாய்பு, "ஆமா, ஒங்க கெடா வெட்டெல்லாம் எப்புடி இருக்கு?" என்று கேட்டார்.

“கெடா வெட்டெல்லாம் அமோகமா நடக்கும் பங்காளி... அதுக்கெல்லாம் ஒரு வழி வந்தாச்சி” என்ற முத்துராஜா, சோழி ராமசாமி சொன்னதைச் சொல்லத் தொடங்கியபோது, தலைவலி மாத்திரை வாங்க வந்த வெங்கி, கிடா வெட்டைப் பற்றிப் பேச்சு அடிபட்டதும், அப்படியே கடை வாசலருகே இருந்த பெஞ்ச்சில் உட்கார்ந்து அவர்கள் பேசுவதைக் கேட்டான். அவன் இருப்பதைக் கவனிக்காத முத்துராஜா, கிடா வெட்டுக்காகப் போட்டிருக்கிற மாற்றுத் திட்டத்தையெல்லாம் சாய்புவிடம் சொன்னார்.

சாய்பு எல்லாவற்றையும் கேட்டுவிட்டு, “நீங்க நெனச்ச மாதிரியே செஞ்சு கெடாவ வெட்டுங்க” என்றார்.

சிறிது நேரத்தில் முத்துராஜா சாய்பு கடையைவிட்டு வெளியே போனார். அவர் போனதும் வெங்கி சாய்புவிடம் “தலவலி மாத்திர குடுங்க பாய்” என்று காசைக் கொடுத்தான். காசை வாங்கிய சாய்பு, மாத்திரையைக் கொடுக்க, அதை வாங்கிக்கொண்டு செந்திலைத் தேடி ஓடினான். முத்துராஜா வீட்டுக்குப் போவதற்குள் அவன் செந்திலைப் பார்க்க வீட்டிற்குப் போக முடியும்.

*

நள்ளிரவைத் தாண்டிய இருட்டில் ஓமாந்தூரைத் தாண்டி பெரமங்கலத்தை நோக்கி செந்தில் தன்னந்தனியாக நடந்து கொண்டிருந்தான். அவனுடைய ஒரு கையில் ஆட்டின் கழுத்தில் கட்டிய கயிறு இருந்தது. ஆடு அவன் பின்னால் நடந்தது. வானத்தில் முக்கால் நிலவு மிதந்து வெளிச்சம் கொடுத்தது. அதனோடு நட்சத்திரங்களும் சேர்ந்து கொண்டன.

ஊரைத் தாண்டி வந்ததால், மின்விளக்குகள் எதுவும் இல்லை. ஆனால், வெகு தூரத்தில் இருக்கிற தெருவிளக்கு வெளிச்சம் தரையில் நட்சத்திரமாய்த் தெரிந்தது. பெரமங்கலம் வரை நாய்த்தொல்லை இருக்கிறது. போகிற வழியில் ஒரு பக்கம் வயல்களும் இன்னொரு பக்கம் மேட்டுக்காடும் இருந்தன. ஓமாந்தூரில் காமாட்சியம்மன் கோவிலருகே வரும்போது தெரு நாய்கள் குரைத்தன. நடந்து வரும் ஆட்டைக் கண்டு அவற்றின் சத்தங்கள் அதிகமாக இருந்தன. ஆட்டைக் கடித்துவிடுமோ என்று பயந்த செந்தில், கிடாவைத் தூக்கித் தோளில் போட்டுக் கொண்டான். நாய்களின் சத்தம் குறைந்ததும் ஆட்டை நடக்கவிட்டான்.

விடிந்தால் ஐயனார் கோயிலில் கிடாவெட்டு. வீட்டு முகப்பில் பெரிய பந்தல் போட்டாயிற்று. இரவே உறவுகள் வந்து கூடிவிட்டன. சமையலுக்குத் தேவையான அரிசி, பருப்பு மற்றும் மளிகைப் பொருள்கள் யாவும் வந்திறங்கிவிட்டன. செந்தில் எதுவுமே சொல்லாது, எல்லாவற்றுக்கும் சம்மதித்தது போன்று மௌனமாக இருந்தான்.

சாய்புவிடம் தாத்தா சொன்னதைக் கேட்டு வெங்கி வந்து சொன்னதும், கிடாவை எப்படியாவது வெட்டி விடுவார்கள் என்பது அவனுக்குப் புரிந்தது. அதன் பிறகு எவரோடும் எதுவும் பேசாது ஆசையாக வளர்த்த மணியை எப்படியாவது காப்பாற்ற வேண்டும் என்று முடிவெடுத்தான். இரவெல்லாம் தூங்காமல் யோசித்து எடுத்த முடிவே, ஆட்டோடு வீட்டை விட்டு ஓடுவது. அது சரியா, அதனால் வரும் எதிர்விளைவுகள் குறித்து அவன் எண்ணிப் பார்க்கவில்லை. அவனுக்குத் தெரிந்தது, ஆட்டைக் கிடா வெட்டிலிருந்து காப்பாற்ற வேண்டும் என்பதுதான்.

எல்லோரும் படுக்கைக்குப் போனபிறகு எந்தச் சத்தமும் இல்லாதபோது மெதுவாய் எழுந்து ஆட்டைத் தூக்கியபோது, அது 'மே' என்று சத்தமிட, அதன் வாயை மூடிய செந்தில், "கம்னு வா... சத்தம் போட்ட, நாளைக்கு நீ காலி" என்றான். அதைப் புரிந்தது போல் ஆடு அமைதியானது. பிறகு அதன் கழுத்தில் இருந்த மணியைக் கழற்றிவிட்டு, அதனைத் தூக்கித் தோள் பட்டையின் இரு பக்கங்களிலும் அதன் கால்கள் தொங்குமாப்போல் போட்டுக்கொண்டு மெள்ளமாய் வீட்டுப் பின்பக்கக் கதவைத் திறந்து கொண்டு நடந்தான்.

சிறுகுடிக்கு வந்தபோது நாய்கள் குரைக்கத் தொடங்கிவிட்டன. செந்தில் அதைப் பற்றிக் கவலைப்படாமல் வேகமாக நடந்தான். பஞ்சாயத்து ஆபீஸ் அருகே அவன் வந்தபோது "யார்ரா... இந்த நேரத்தில"ன்னு ஒரு குரல் கேட்க, பக்கத்தில் இருந்த தண்ணீர்த் தொட்டிக் கட்டடத்தில் மறைந்து கொண்டான். நாய்களின் சத்தம் நிற்கவே வேகமாக நடந்து சிறுகுடி எல்லையைக் கடந்தான்.

பெரமங்கலம் எல்லைக்கு வந்தபோது ஒரு மரத்தடியில் நின்று யோசித்தான் செந்தில். ஏதோ ஒரு வேகத்தில் ஆட்டை ஓட்டிக்கொண்டு வந்துவிட்டான் அவன். அதனால் வரும் எதிர்விளைவுகள் அவனுக்குத் தெரிய வாய்ப்பில்லை. அவனுக்குத் தெரிந்ததெல்லாம் ஆட்டை வெட்டவிடக்கூடாது. அது மட்டுமே அவனுக்குத் தெரிந்தது. அதுதான் அவனுக்கு எல்லாமே. மற்றதைப் பற்றி நினைக்க அவனுக்கு அனுபவமே இல்லை.

பெரமங்கலம் மெயின் ரோட்டுக்கு வந்தான் செந்தில். அந்த ரோடு ஒரு பக்கம் திருச்சிக்குப் போகிறது. மற்ற பக்கம் துறையூர்ப் பக்கம் போகிறது. இருட்டில் எந்தப்பக்கம்

மாத்தளை சோமு | 153

போவதென்று யோசித்தான். பிறகு ஏதோ ஒரு யோசனையில் ஒரு பக்கமாய் நடந்தான். சிறிது தூரம் நடந்த பிறகுதான் அது துறையூர் போகும் வழி என்பதை, துறையூருக்கு எத்தனை கிலோமீட்டர் என்று குறிக்கப்பட்டிருப்பதைப் பார்த்தான். உடனே, மறுபக்கம் வேகமாக நடக்கத் தொடங்கினான்.

கடைவீதி வழியாக நடந்தால் நாய்கள் குரைக்கும் என்பதால், ஆட்டை தூக்கித் தோளில் போட்டுக்கொண்டு நடந்தான். ஆட்டிற்கு என்ன நடக்கிறது என்று புரியவில்லை. அதைப் பொறுத்தவரையில் தன்னை விரும்புகிற செந்திலோடு போகிறது.

நாய்கள் சில குரைத்தன. ஆனால், செந்தில் மிக வேகமாகவே நடந்தான். கடைகளைத் தாண்டியதும் மெதுவாக நடந்தான். வீதியில் தெரு விளக்குகள் இல்லை. வீதியோரமாகப் புளிய மரங்கள் நிறைய நின்றதால், வெளிச்சமும் பெரிதாக இல்லை. ஆனாலும் நடந்தான். வீதியோரமாக ஒரு லாரி நிறுத்தப்பட்டிருந்தது. அதனைத் தாண்டி நடந்தபோது, ஒரு குரல் கேட்டது.

"இந்த நேரத்தில ஆட்டத் தூக்கிகிட்டு எங்க போற?"

சிறிய தொந்திக்கு மேலே கைலியை மட்டும் கட்டிக் கொண்டிருந்த லாரி டிரைவர் கேட்டான்.

செந்தில் மௌனமாக இருந்தான்.

"ஆட்டத் திருடினியா?"

"இல்ல, இது ஏன் ஆடு... விடிஞ்சா ஐயனாருக்கு இத வெட்டயிருந்தா... ஆனா, நா இது மேல ஆசையா இருக்கேன். வேற வழி இல்ல, ஆட்டோட ஓடியாந்துட்டேன்" என்றான் செந்தில்.

"இப்ப எங்க போற?"

"அதான் தெரியல. ஆட்டக் காப்பாத்தனும்னு ஆட்டத் தூக்கிட்டு வந்திட்டேன். எங்க போறதுன்னு தெரியல்ல!"

லாரி டிரைவர் நெஞ்சுக்குள் பல்வேறு எண்ணங்கள் கசிந்தன.

"உன் பேரு?"

"செந்தில்."

"முருகனுட்டு பேரு. எனக்கு நீ தம்பி. ஏன்னா, ஏன் பேரு கணபதி. கணபதிக்கு முருகன் தம்பிதானே?" என்றான் லாரி டிரைவர். அவனையே ஏக்கத்துடன் பார்த்தான் செந்தில்.

"சரி, லாரியில ஏறு. ஒன்ன ஒன் வூட்டுல கொன்னாந்து வுடுறேன். வர்றியா?"

"ஐயோ, வேணாம்... வூட்டுக்குப் போனா, ஆட்ட வெட்டிருவாங்க. நாங்க எங்கயாவது போறோம்."

"எங்க போவ?"

அதற்குப் பதில் சொல்ல முடியாமல் இருந்தான் செந்தில். லாரிக்காரன் யோசித்தான். பிறகு சொன்னான்..." சரி, நீ என்னோட மதுரைக்கு வா."

"மதுர எங்க இருக்கு?" என்று கேட்டான் செந்தில். அந்தக் கேள்வியே அவன் மதுரைக்குப் போனதில்லை என்று தெளிவாகச் சொல்லியது.

"மதுர பெரிய ஊரு. பெரிய மீனாட்சியம்மன் கோயில் இருக்கு. நீ வா தைரியமா வா... மத்தத அப்பறம் பார்க்கலாம்" என்று நம்பிக்கை ஊட்டினான். செந்திலுக்கு ஆட்டின் உயிரைக் காப்பாற்ற வேண்டும். அவனோடு போக முடிவு செய்தான்.

செந்தில் ஆட்டைத் தூக்கிக் கொண்டு லாரியின் முன்பக்கம் ஏறப் போனான். லாரிக்காரன் உடனே, "ஆடு புழுக்க போடும், நாறும். நீ முன்பக்கம் இரு. பின்பக்கம் ஆட்ட வை" என்றான்.

"பாவம் அது. தனியா எப்படி இருக்கும்? நானும் அதோட பின்பக்கமே இருக்கிறேன்" என்று ஆட்டோடு லாரியின் பின்பக்கம் ஏறினான். அரிசி மூட்டைகள் இருந்தன. இடையில் ஓர் ஆள் படுக்கிற இடம் இருந்தது. அந்த இடத்தில் செந்தில் இருந்தான். அவனோடு ஆடும் இருந்தது.

வெகு நேரத்திற்குப் பிறகு லாரி அந்த இடத்தைவிட்டுப் புறப்பட்டது. லாரி ஓடத் தொடங்கியதும் செந்திலுக்கு எதையோ பறிகொடுத்தது போன்ற உணர்வு வந்தது. லாரியை நிறுத்தச் சொல்லித் திரும்பி வீட்டுக்குப் போகலாமா என்ற உணர்வு அவனை உலுக்கியது. ஆனால், வீட்டிற்குப் போனால் ஆட்டை வெட்டிவிடுவார்களோ என்ற எண்ணம் அவனைப் பயமுறுத்தியது.

ஆட்டைக் காப்பாற்றத்தானே வீட்டைவிட்டு ஓடிவந்தோம்... இனி எவ்வாறு வீட்டிற்குப் போவது? செந்திலின் கண்களில் அம்மா, அப்பா, தாத்தா, பாட்டி ஆகியோரின் முகங்கள் மின்னி மின்னி மறைந்தன. பாட்டி, தான் இல்லையென்று தெரிந்தால் அழுவாளே!

லாரி ஓடியது. ஓடிய லாரியில் இருந்த செந்திலின் நெஞ்சில் எண்ணங்கள் ஓட, ஓட தன்னை அறியாமல் தூங்கிப்போனான்.

இடையில் லாரி டிரைவர் டீ குடிக்க லாரியை அந்த நேரத்திலும் திறந்திருக்கும் டீக்கடை முன்பு நிறுத்தினான். டீக்கடையில் டீ குடித்துவிட்டு செந்திலுக்கு பிளாஸ்டிக் கப்பில் டீ வாங்கிக்கொண்டு வந்து பார்த்தபோது செந்தில் தூங்கிக் கொண்டிருந்தான். அவனுடைய ஒரு கை, ஆட்டின் மீதிருந்தது. தூங்குபவனை எதற்கு எழுப்ப வேண்டும் என்று, அவனுக்காக வாங்கி வந்த டீயைக் குடித்துவிட்டு லாரியை ஓட்டத் தொடங்கினான்.

லாரி மேலூர் வந்தபோது விடிந்துவிட்டது. செந்தில் விழித்திருந்தான். லாரி ஓடும்போது கடைகளில் இருந்த விளம்பரப் பலகைகள் மூலம், அந்த ஊர் மேலூர் எனப் புரிந்து கொண்டான்.

லாரி வேகத்தைக் குறைத்து மெதுவாக ஓடி, ஒரு டீக்கடை முன்னே நின்றது. லாரியை விட்டு இறங்கிய டிரைவர், லாரியின் பின்பக்கம் வந்து பார்த்தான். செந்தில் தூங்காமல் இருந்தான்.

"நீ தூங்கலியா?"

"தூக்கம் வரல்ல."

"அது சரி, ஒனக்கு அம்மா, அப்பாவுக்கு மேல இந்த ஆடுதான் பெருசோ?"

"அம்மா, அப்பா எனக்குப் பெருசுதான். ஆனா, இந்த ஆட்ட வெட்டணும்னு சொல்றாங்களே!" என்றான்.

"சரி, ஆட்டக் காப்பாத்த வூட்டுட்டு ஓடியாந்திட்ட... இப்ப எங்க போவ? யாரு ஒன்னப் பாப்பா? ஆட்டக் காப்பாத்துறேன்னு வந்திட்ட. ஒன்ன இப்பக் காப்பாத்த யாரு?" என்று கேட்டுவிட்டு லாரி டிரைவர், தான் அப்படிக் கேட்கக் கூடாதென்று நினைத்தபோது, செந்தில் அழத் தொடங்கினான். அவன்

அழுவதைக் கண்டு ஆடு 'மே' என்று கத்தத் தொடங்கியது. அதைப் பார்த்த லாரி டிரைவருக்கு, ஆட்டுக்கும் அவனுக்கும் உள்ள உறவு புரிந்தது.

"செந்தில்... அழாதப்பா... ஒனக்கிட்ட வெவரம் கேட்டேன்... பயப்படாத... நா ஒன்னப் பாத்துக்கிறேன். ஏன் வூட்டுல என்னயும், என் பொண்டாட்டியையும் தவிர வேற யாரும் இல்ல. என் வூட்டுல ஒன்ன மாதிரி மூணு பசங்க இருக்கலாம்" என்று லாரி டிரைவர் அவனைத் தேற்றினான். செந்தில் மெது மெதுவாக அழுகையை நிறுத்தினான். பிறகு சொன்னான்... "ரெண்டு நாள் வூட்டுல இருக்கிறேன். அதுக்கப்புறம் என்ன ஏன் வூட்டுல வுட்டுருங்க..."

லாரி டிரைவர் எதையோ யோசித்து, "இன்னும் மூணு நாள்ல திருச்சிக்கும் தொறையூருக்கும் போறேன். உன் ஊரு?"

"கீலப்பட்டி"

"அது எங்க இருக்கு?"

"திருவெள்ளறையில இருந்து போவணும். திருவெள்ளறையில வுட்டாப் போதும். அங்க எங்க அப்பா கட வைச்சிருக்காரு. திருவெள்ளறையில வுடுங்க..." என்றான் செந்தில்.

"சரி... இப்ப டீ குடிக்கிறியா? அப்படின்னா எறங்கி வா..."

யோசித்தான் செந்தில்.

"ஆட்டப் பத்தி யோசிக்கிறியா? ஆடு அப்படியே இருக்கும் வா."

செந்தில் லாரியை விட்டு இறங்கி ஆட்டை ஒரு தடவை பார்த்தான். படுத்திருந்த ஆடு 'நானும் வர்றேன்' என்பது போல் அவனைப் பார்த்தது.

செந்தில் ஆட்டோடு பேசினான். "டீ குடிச்சிட்டு வர்றேன் இரு."

ஆடு 'மே' என்றது.

இருவரும் டீக்கடைக்குள் நுழைந்தார்கள்.

லாரி மதுரை எல்லைக்குள் நுழைந்தபோது செந்தில் லாரியின் முன்பக்கம் உட்கார்ந்திருந்தான். ஆடு, பின்னால்

மாத்தளை சோமு | 157

இருந்தது. லாரியின் முன்னால் உட்கார்ந்து வர அழைத்ததற்கு அப்போதும் செந்தில் மறுத்தான். ஆனால், டிரைவர், "மதுரைக்குள்ள போகப் போறோம். நீ ஏன் பக்கத்தில இருந்தா ஊர்ல என்னென்ன இருக்குன்னு சொல்வேன். ஆடு பத்திரமா இருக்கும். நீ ஏன் புள்ள போல" என்றான். அதற்குப் பிறகே அவன் லாரியின் முன்பக்கம் வந்தான்.

நகருக்குள்ளே லாரி ஓடிக்கொண்டிருந்தது. எங்கு பார்த்தாலும் எதிரும், புதிருமாக வாகனங்கள் ஓடிக் கொண்டிருந்தன. எவரைப் பார்த்தாலும் ஏதோ ஒரு வேகமாகப் போவது போல் இருந்தது. ஒரு லாரியில் டிரைவருக்குப் பக்கத்தில் உட்கார்ந்து போவது செந்திலுக்கு முற்றிலும் புதிய அனுபவமாக இருந்தது. வீட்டை விட்டு வந்ததையே மறந்த நிலையில் அவன் இருந்தான்.

"இதுதான் வைகை ஆறு. லாரி ஆத்துப் பாலத்தில் போவுது" என்றான் டிரைவர்.

"தண்ணியக் காணோமே! காவிரியில தண்ணி இருக்குமே!" என்ற செந்திலுக்குக் காவிரிக்குத் தாத்தாவோடு போனது நினைவுக்கு வந்தது.

லாரி டிரைவர் சிரித்தவாறு சொன்னான்... "பேரே வைகை. கைய வை... மழைக் காலத்தில தண்ணி வரும்."

லாரி இப்போது மெதுவாக நகர்ந்தது. எதிர்த்திசையில் யானை வந்தது.

"செந்தில், கோயில் யானை வருது பாரு..."

யானையைப் பார்த்தான். இத்தனை வாகனங்கள் போகின்றபோது யானை பயப்படாமல் போகிறதே! யானையை ரசித்துப் பார்த்தான் செந்தில். சில நிமிடங்களில் லாரி டிரைவர், செந்திலுக்கு ஒரு பெரிய கோபுரத்தக் காட்டி, "இதுதான் மதுர மீனாச்சி அம்மன் கோயில் கோபுரம். இதுபோல மொத்தம் நாலு பெரிய கோபுரம் இருக்கு. ஒரு நா அந்தக் கோயிலுக்குப் போவோம்."

அந்தப் பெரிய கோபுரத்தைப் பார்த்த செந்திலுக்கு, வீட்டு ஞாபகம் வந்தது. "இப்ப ஊருக்குப் போனா?"

லாரி டிரைவர் உடனே சொன்னான்... "இப்பப் போனா, கெடாவ வெட்டிருவாங்க."

"அப்ப நா வூட்டுக்கே போவ முடியாதா?" என்று சொல்லிவிட்டுச் செந்தில் அழத் தொடங்கினான். ஆனால், அவனைத் தேற்றினான் லாரி டிரைவர். "அழாத செந்தில்! நா சொன்னபடி வூட்டுக்குக் கூட்டிகிட்டுப் போவேன்."

அந்த லாரி, ஒரு பெரிய வீட்டின் முன்னே நின்றது. லாரியில் இருந்து லாரி டிரைவர் இறங்கினான். செந்திலும் இறங்கினான். ஆடு பின்னால் இருந்தது. அப்போது வீட்டின் உள்ளே இருந்து வந்த லாரியின் முதலாளி, "யாருப்பா பையன்?" என்று கேட்டார். டிரைவர் செந்திலின் கதையைச் சொன்னான். அதைக் கேட்ட முதலாளி, "அப்ப ஆடு எங்கப்பா?" என்று கேட்டார்.

"லாரி பின்னால இருக்குது முதலாளி" என்றான் டிரைவர். முதலாளி லாரியின் பின்னால் போய்ப் பார்த்தார். ஆடு சதை போட்டுக் கொழுத்திருந்தது. அதைப் பார்த்ததும் அவர் மனது அதிரடியாகத் தந்திரக் கணக்குப் போடத் தொடங்கியது.

"சரி கணபதி... பையனும் ஆடும் இங்க இருக்கட்டும். நீ போயி மொதல்ல அரிசிய எறக்கிட்டு வா" என்றார் முதலாளி.

லாரி டிரைவர் தயங்கினான். செந்தில், "நானும் வர்றேன்" என்றான். முதலாளி உடனே, "ஆட்டையெல்லாம் லாரியில வைச்சிட்டுப் போவக்கூடாது தம்பி, இங்க இரு. கணபதி அரிசியை எறக்கிட்டு வந்திருவான். அப்ப அவன் வூட்டுக்குப் போவலாம்" என்றார்.

கணபதி வேறு வழியின்றி லாரியை நோக்கி நடந்தான்.

(தொடரும்)

கணபதி, லாரியை நோக்கி நடந்தபோது செந்தில் திடீரென்று என்ன நினைத்தானோ, அவனை நோக்கி ஓடினான். அவனுடைய ஆடும் அவன் பின்னே ஓடியது. இதை எதிர்பார்க்காத கணபதி தடுமாறினான். முதலாளியைப் பார்த்தான். முதலாளி, 'நீ போ' என்பதுபோல் கண்களால் சைகை காட்டினார்.

"நா ஒன்னோட வர்றேன்" என்றான் செந்தில்.

"நா அரிசிய இறக்கி வைக்கப் போறேன். நீ மொதலாளி வூட்டுல இரு" என்றான் கணபதி.

செந்தில், "இல்ல நானும் வர்றேன்" என்றபோது, முதலாளியே அங்கு வந்தார். "கணபதி அரிசி எறக்கி வைக்கப் போறான். நீ நம் வூட்டுல இரு. ஆட்டுக்கு ஒரு ரூம் தர்றேன். ஒனக்கும் ஒரு ரூம் தர்றேன்!"

செந்தில் முதலாளியைப் பார்த்தான். தடித்த உடம்பு. பெரிய முகம். கருப்பு நிறப் பெரிய மீசை. நெற்றியில் விபூதியும், சந்தனப் பொட்டும், வெள்ளை நிற வேட்டி சட்டையோடு ஆன உருவம்.

முதலாளி செந்திலின் அருகே வந்து பேசினார். "உன் பேரு என்ன? செந்திலா? நா தெனமும் கும்பிடுற முருகன் பேர் ஒனக்கு... நீ எதுக்கும் யோசிக்காதே. தைரியமா நம்ம வூட்ல இரு. அரிசிய எறக்கிட்டு வந்ததும் கணபதியோட நீ போ!"

லாரி புறப்படும் சத்தம் கேட்டது. செந்தில் முதலாளியை நம்பி மௌனமானான்.

"மூக்கையா, இங்க வாப்பா.. தம்பியைக் கூட்டிகிட்டுப் போ... ஆட்ட கட்டுறதுக்கு ஒரு

ரூம் குடு" என்று சொன்னதும் ஒரு வயதான மனிதர் வந்து செந்திலைப் பார்த்து "வாப்பா" என்று அழைத்தார். செந்தில் ஆட்டையும் கூட்டிக்கொண்டு அந்த மூக்கையா பின்னே போனான்.

செந்திலையும் ஆட்டையும் கூட்டிக்கொண்டு போன மூக்கையா, வீட்டிற்குப் பின்பக்கம் இருந்த ஓர் அறையைக் காட்டினான். அந்த அறையில் ஆட்டை வைத்துப் பூட்டினான் செந்தில். பிறகு மூக்கையாவிடம் ஒரு துண்டை வாங்கிக்கொண்டு குளிக்கப் போனான்.

குளியல் அறைக் கதவை மூடிவிட்டுக் கால் சட்டையையும், சட்டையையும் கழற்றிவிட்டு நிர்வாணமாக நின்று தொட்டியில் நிரம்பியிருந்த தண்ணீரை அள்ளிக் குளித்தான். பிறகு துண்டால் தலையைத் துவட்டிவிட்டுக் கால் சட்டையையும், சட்டையையும் போட்டுக் கொண்டு வெளியே வந்தான்.

"குளிச்சிட்டியா? சாப்பிட வா" என்று அழைத்தான் மூக்கையா. செந்தில் அவன் பின்னே போனான். உள்ளே ஒரு மேஜையில் இட்லி, சட்னி, சாம்பார் எல்லாம் இருந்தன. செந்திலுக்காக இலையொன்று காத்திருந்தது. செந்தில் நாற்காலியில் உட்கார்ந்து சாப்பிடத் தொடங்கினான். அவனுக்கு இட்லியை முதலாளியின் மனைவி பரிமாறினாள்.

நான்கு இட்லி சாப்பிட்டதும் இலையை மூடிவிட்டுக் கை கழுவிக் கொண்டான் செந்தில். பிறகு முதலாளியைப் பார்த்துச் சொன்னான். "நேத்து ராத்திரியில இருந்து ஆடு சாப்பிடவே இல்ல. ஆட்டுக்கு இலை, தழை போடணும்."

"அப்படியா? நீ போயி ஆட்டப் பாத்திட்டு வா" என்றார். செந்தில் ஆட்டைப் பார்க்க ஓடினான். ஆடு அந்த அறையில் இலைகளைச் சாப்பிட்டுக் கொண்டிருந்தது. அதைப் பார்த்ததும் முதலாளி மீது ஒரு நம்பிக்கை வந்தது அவனுக்கு.

திரும்பவும் முதலாளியிடம் போனான் செந்தில். முதலாளி புன்னகையை உதிர்த்தார். பிறகு சொன்னார்... "ஆடு சாப்பிடுதா? ஆட்டுக்குச் சாப்பிட வேணும்னு எனக்கும் தெரியும். சரி ஒனக்கு வேற கால்சட்ட, சட்ட வாங்கணும். கடைக்குப் போவலாமா?"

முதலாளியை நம்பிக்கையோடு பார்த்தான்.

முத்துராஜா பல்லை விளக்கி முகத்தைக் கழுவித் துடைத்துவிட்டுச் சொம்புத் தண்ணீரைக் குடித்துக் கொண்டே திண்ணையில் உட்கார்ந்திருந்தார். கிடா வெட்டுப் பூசை என்பதால், நேரத்தோடு எழுந்துவிட்டார். பாண்டியன் இன்னும் எழவில்லை. ராத்திரி அவன் படுக்கும்போது பன்னிரண்டு இருக்கும். செந்தில் அப்பாவோடு படுத்திருந்தான்.

பாண்டியன் வெகு நேரத்திற்குப் பிறகு வந்தான். அவனிடம் "செந்தில் எங்கப்பா?" என்று கேட்டார் முத்துராஜா.

"ராத்திரி படுத்திருந்தான். காலையில படுக்கையில இல்ல."

அப்போது வசந்தி வந்தாள். "ஆட்டையும் காணோம், செந்திலையும் காணோம்."

"ஆட்டோட எங்க போவான்? எங்காவது இருப்பான் பாருங்க."

காமாட்சி வந்தாள். "வீடு முழுவதும் தேடிட்டேன். செந்திலக் காணோம். ஆட்டையும் காணோம்!"

வசந்தி அழத் தொடங்கினாள். அவளின் அழுகையைக் கேட்டு ஆங்காங்கே படுத்திருந்த உறவினர்கள் விழித்துக் கொண்டார்கள். முத்துராஜாவுக்கு என்ன செய்வதென்றே தெரியவில்லை. சோழி ராமசாமி போட்ட சோழியும், பொன்னம்மாவின் பாட்டும் சொன்னது போல் நடக்கிறதே என்று கவலைப்பட்டார். பிறகு தன்னைத் தானே ஆறுதல் படுத்திக்கொண்டு "அவன் எங்க போகப் போறான்? இங்கதான் இருப்பான். ஆளுக்கொரு பக்கமாத் தேடுங்க. நானும் தேடுறேன்" என்ற அவர், கால் செருப்புகளை மாட்டிக் கொண்டு நடந்தார். ஊர்ப் பஞ்சாயத்துச் சாவடியருகே போனபோது பொன்னம்மா பாடும் பாட்டு அவர் காதில் விழுந்தது.

"பறந்து போன உசுர
மறந்து போன உடல் தேடாது
பழுத்து விழுந்த பழத்தை
எந்த மரமும் சேர்க்காது
பறித்துப் போன பூவை
பூமரமே கேட்காது
கொட்டி விட்ட நீரை
வானமே குடிக்காது

ஓடிப் போன நீரை
நதியே தடுக்காது
உள்ளத்தால் பிரிஞ்சவன
உயிர்கூடச் சேர்க்காது
கொட்டிப் போன பேச்ச
கூட்டி அள்ள முடியாது"

பொன்னம்மாவின் பாடலைக் கேட்க முத்துராஜாவுக்கு எரிச்சலாக இருந்தாலும், அதை அடக்கினார். அவள்மீது கோபப்படுவதில் எந்த அர்த்தமும் இல்லை. செந்தில் வீட்டைவிட்டுப் போனது அவளுக்குத் தெரிய வாய்ப்பில்லை.

சிறுகுடி முழுவதும் தேடிப்பார்த்துவிட்டார்கள். கீலப்பட்டியிலும் தேடியாகிவிட்டது. செந்திலையும், ஆட்டையும் காணவில்லை.

வீட்டிற்குக் கோபத்துடன் திரும்பிய முத்துராஜா, மகனிடம் சொன்னார். "ஆட்ட வெட்டுவோமுனு தெரிஞ்சு பய ஆட்டோட ஓடிட்டான். எங்கதான் போயிருப்பான்?"

அவரால் எதையும் நம்ப முடியவில்லை. செந்திலா ஆட்டோடு ஓடிட்டான்? சின்ன வயது. எப்படித் துணிச்சல் வந்தது இவனுக்கு... கையில் காசும் இல்லை. எங்கு போவான்? எப்படி இருப்பான்? என்று எண்ணியபோது அவருக்கு அழுகை வரும்போல் இருந்தது.

பாண்டியனைக் கூப்பிட்டு "நீ புலிவலம் போலீசுக்குப் போய் மனு குடுத்திரு. நா திருவெள்ளறைக்கு ஆள் அனுப்பி விசாரிக்கிறேன்..." என்றார் முத்துராஜா.

பாண்டியன் டூவீலரில் புறப்பட்டபோது சாய்பு சைக்கிளில் வந்து வீட்டின் முன்னே இறங்கினார்.

"அப்பா இருக்கிறாராப்பா?"

"வாங்க பாய், அப்பா இருக்காரு" என்ற பாண்டியன், வீட்டிற்குள்ளே போய் அப்பாவைக் கூட்டிக்கொண்டு வந்தான். முத்துராஜாவின் கண்கள் கலங்கியிருந்தன. அவர்கள் பேசட்டும் என்று பாண்டியன், "புலிவலம் போலீசுக்குப் போயிட்டு வாறேன்" என்று சொல்லி நடந்தபோது, "தம்பி, கொஞ்சம் இரு... ஊரெல்லாம் தேடிட்டடீங்க. செந்திலும், ஆடும் இல்ல.

அவன் ஊர்லயே இல்ல. எங்கயோ போயிட்டான்னு நான் நெனைக்கிறேன். ஏன்னா, நேத்து ராத்திரி மாரி கோயில் பூசாரி, யாரோ இருட்டுல ஆட்டோட நடந்து போற மாதிரி தெரிஞ் சிச்சாம்னு சொன்னாரு. அவர் எப்பவும் தண்ணினு தெரியும்ல. வெறியில கவனிக்காம வுட்டுட்டாரு போல. பூசாரி சொல்றதப் பாத்தா, ஓமாந்தூர்ப் பக்கமா செந்தில் போயிருக்கான். ஓமாந்தூர்ல தேடணும். அப்படியே பெரமங்கலத்திலயும் தேடணும். நீ போலீசுக்குப் போக முன்னம் பெரமங்கலத்தில தேடிப் பார்த்திட்டுப் புலிவலம் போலீசுக்குப் போப்பா" என்றார்.

பாண்டியன் டூவீலரில் பெரமங்கலம் புறப்பட்டான். உள்ளே வசந்தி அழும் சத்தம் கேட்டது.

"பங்காளி ஏன் நெலயப் பாத்தீங்களா? நா யாருக்கும் எந்தப் பாவமும் செய்யல்ல.. கெடா வெட்டப் போயி, பேரனயே தொலைச்சிட்டேன்" என்றார் முத்துராஜா.

"பேரன் எங்க போகப் போறான்? இங்கதானே இருப்பான். தேடுவோம். ஓமாந்தூருக்கு நா வர்றேன். வாங்க, நம்ம வூட்டுக்குப் போயி டூவீலர் எடுத்துட்டுப் போவோம்" என்று சாய்பு சொன்னதும் முத்துராஜா அவரோடு புறப்பட்டார்.

காரில் ஏறப்போன செந்தில் ஒரு விநாடி எதையோ தவற விட்டவன்போல் அவசரமாய் முதலாளியருகே போய்க் கேட்டான்... "ஏன் ஆட்டையும் கூட்டிகிட்டுப் போவலாமா?" முதலாளி சிரித்தார். அவர் சிரித்தபோது ஒரு தங்கப் பல்லும் அவரோடு சேர்ந்து சிரித்தது.

"நீ மதுர டவுனுக்குப் போற. பெரிய கோயிலப் பாக்கப் போற. அங்கெல்லாம் ஆட்டக் கூட்டிக்கிட்டுப் போவ முடியுமா? நீ மட்டும் போயிட்டு வா... ஆடு பத்திரமா இருக்கும்!"

செந்தில் வேறு வழியின்றிக் காரை நோக்கி நடந்தான். பிறகு என்ன நினைத்தானோ, ஆடு இருக்கும் இடத்திற்கு ஓடினான். ஆட்டைப் பார்த்தான். அது இலைகளைச் சாப்பிட்டுக் கொண்டிருந்தது. செந்தில் அதன் தலையைத் தடவி, "மணி, நா மதுரைக்குப் போயிட்டு வர்றேன். நீ எங்கயும் போகாம பத்திரமாயிரு. வெளியில வராத..." என்றான்.

முதலாளி வேலைக்காரனை விரட்டினார்... "டேய், என்னானு போய்ப் பாரு..."

வேலைக்காரன் செந்திலைத் தேடிப் போவதற்குள் செந்தில் காரை நோக்கி வந்தான். பிறகு காரில் ஏறினான். கார் ஓடத் தொடங்கியது. முதலாளி செந்திலுக்குக் கை அசைத்தார். பதிலுக்குச் செந்திலும் கை அசைத்தான்.

கார் டிரைவருக்குப் பக்கத்தில் உட்கார்ந்திருந்த செந்தில், "கோயிலுக்கா போறோம்?" என்று கேட்டான்.

"மொதல்ல ஒனக்கு ரெடிமேட் உடுப்பு வாங்கணும். அப்பறம் கோயில்" என்றான்.

"கோயில் பெரூசா?"

"நீயே பாப்ப. அப்பச் சொல்லு, பெரூசா, சின்னதானு"

"சிறீரங்கம் கோயிலவிடப் பெரிய கோபுரமா?"

"சிறீரங்கம் கோயில் கோபுரம் பெரூசுதான். ஆனா, இங்க நாலு கோபுரம் இருக்கு. நீதான் பாக்கப் போறியே!"

வீதியில் யானை ஒன்று போனது

"அட, யானை போவுதே..."

"கோயிலுக்குப் போனா, ரெண்டு, மூணு யான பாக்கலாம்" என்ற கார் டிரைவர், "அந்தா பாரு, கோயில் கோபுரம் தெரியுது!" என்றான். அவன் காட்டிய திசையைப் பார்த்தான்... பெரிய கோபுரம் தெரிந்தது.

காரை நிறுத்த இடம் தேடி வீதி வழியே சுற்றிச் சுற்றிக் காரை ஓட்டினான். இருபது நிமிட கார் ஓட்டத்திற்குப் பிறகு இடம் கிடைக்க, அங்கு காரை நிறுத்திவிட்டுச் செந்திலைக் கூட்டிக்கொண்டு நடந்தான் கார் டிரைவர்.

"கொஞ்ச தூரம் நடப்பியா?"

"ம்."

"ஆமா, ஆட்டோட ஏன் வந்த?"

அவனுடைய கேள்வி, ஆட்டை நினைக்கத் தோன்றியது. செந்திலுக்குக் காரில் ஏறியதிலிருந்து ஆட்டையே அவன் நினைக்கவில்லை. சில நிமிட மௌனத்திற்குப் பிறகுதான் ஏன் ஆட்டோடு வந்தான் என்பதைச் சொன்னான். கதையைக் கேட்ட டிரைவர் மேலே எதுவும் பேசாமல் தனக்குள் பேசினான்...

"இவன் எப்படி இங்கு வந்தான்? முதலாளியைப் பற்றி எதுவுமே இவனுக்குத் தெரியாது போலும். கணபதி எல்லாம் தெரிந்தும் இவனை ஏன் இங்கு கூட்டி வந்தான்?"

அந்தக் கேள்விகளுக்கு அவனுக்குப் பதில் தெரியாவிட்டாலும், முதலாளியை நினைத்தும் அவரிடம் வந்திருக்கும் ஆட்டை நினைத்தும் யோசித்தான்.

அவர்கள் இருவரும் தெற்குக் கோபுர வாசலுக்கு வந்தார்கள். "இது தெற்குக் கோபுர வாசல். இது போல வடக்கு, மேற்கு, கிழக்குனு இன்னும் மூணு கோபுர வாசல் இருக்கு."

டிரைவர் கால் செருப்பைக் கழற்றி வைத்துவிட்டு, டோக்கன் வாங்கிவிட்டுச் செந்தில் காலைப் பார்த்தான். காலில் செருப்பு இல்லை.

"நீ செருப்புப் போடல?"

"செருப்புப் போடாம வந்துட்டேன்."

இருவரும் கோயிலின் உள்ளே போனார்கள். கோயிலுக்குள் மக்கள் கூட்டம் வருவதும், போவதுமாக இருந்தது.

"சாமி கும்பிடணும்னா, கியூவில போவணும். லேட்டாகும். எல்லாத்தையும் பாத்திட்டுப் போவலாம்..." என்று டிரைவர் சொன்னதை செந்தில் ஏற்றான். அவனுக்கு ஆட்டைப் பார்க்க வேண்டும் போல் இருந்தது.

கார் டிரைவர் செந்திலை ஒவ்வொரு இடத்திற்கும் அழைத்துப் போய், "இது மீனாட்சியம்மன் கோயில், இது சோமசுந்தரேசுவரர் கோயில், இது பொற்றாமரைக் குளம். இத வைச்சுப் பெரிய கத சொல்வாங்க. திருவிளையாடல் சினிமாவுல வருது. கத மறந்து போச்சி..." என்றான்.

செந்தில் குளத்தைப் பார்த்தான். குளத்தில் தண்ணீர் இருந்தது.

"இதில யாரும் குளிக்கலியே! யாரு குளிப்பா?" என்று கேட்டான் செந்தில். அவனைப் பொறுத்த வரையில் குளம் என்றால், மக்கள் குளிப்பார்கள்.

"இதில சாமியக் குளிப்பாட்டுவாங்க. மனுசங்க இங்க குளிக்க மாட்டாங்க."

“சாமி குளிக்க இம்புட்டுப் பெரிய குளமா?” என்று கேட்டான் செந்தில். அந்தக் கேள்விக்கு என்ன பதில் என்றே தெரியவில்லை டிரைவருக்கு. “அது யாரோ ஒரு ராசா கட்டுனதாம். அதுதான் தெரியும். வேற புராணக் கதயெல்லாம் எனக்குத் தெரியாது...”

கோயில் பிரசாதக் கடையில் செந்திலுக்கு லட்டு வாங்கிக் கொடுத்தான் கார் டிரைவர். அந்த லட்டில் பாதியைப் பிய்த்து டிரைவரிடம் நீட்டினான் செந்தில். ஆனால், டிரைவர் மறுத்தான். “எனக்கு இனிப்புப் பிடிக்காது ஒனக்காகத்தான் வாங்கினேன். நீயே சாப்புடு.”

செந்தில் லட்டைச் சாப்பிட்டு முடித்ததும் கோபுர வாசலருகே நிற்கும் யானையருகே அவனைக் கூட்டிப் போனான் கார் டிரைவர்.

யானையை இவ்வளவு நெருக்கமாகச் செந்தில் பார்ப்பது இது இரண்டாவது தடவை. முதல் தடவை ஸ்ரீரங்கம் கோயிலுக்குப் போனபோது யானையைப் பார்த்தான். அந்த யானையின் நெற்றியில் நாமம் போட்டிருந்தார்கள். அது அவனுக்குப் புதுமையாக இருந்தது. தாத்தா மூன்று விரல்களை நனைத்துத் திருநீற்றைத் தடவி நேர்க் கோடுகளாக நெற்றியில் பூசுவார். ஆனால், ஸ்ரீரங்கத்துக் கோயில் யானைக்கு வேறு மாதிரிப் பூசியிருக்கிறார்களே என்று யோசித்தான். பிறகு தாத்தாவிடம் அது குறித்துக் கேட்டான். தாத்தா அதற்குப் பதில் சொன்னார். “அதுவா? இது பெருமாள் கோயில் யானை. அதுக்கு நாமம் போடுவாங்க. சிவன், முருகன் கோயில் யானைக்கு விபூதி பூசுவாங்க.”

‘இது சிவன் கோயில் யானை’ என்று நினைத்த செந்தில், விபூதி பூசிச் சந்தனப் பொட்டு வைத்துக்கொண்டு கம்பீரமாக நிற்கும் யானையைப் பார்த்தான். அப்போது கார் டிரைவர், ஒரு ரூபாய் நாணயத்தைக் கொடுத்து யானையின் துதிக்கையில் வைக்க, அது தும்பிக்கையைத் தலையில் வைத்து ஆசி கொடுத்தது. அந்த ஒரு விநாடி ஆட்டின் நினைவு வரவே, “வூட்டுக்குப் போவலாமா?” என்று கேட்டான். அதற்கு, கார் டிரைவர், “ஒனக்கு ரெடிமேட் துணி வாங்கிட்டு, வூட்டுக்குத்தான் போகப்போறோம்” என்றான்.

*

செந்திலை ஏற்றிக்கொண்டு வந்த கார், முதலாளியின் வீட்டருகே வந்து நின்றதும், கடையில் வாங்கிய ரெடிமேட் துணியைக்கூட எடுக்காமல் அவனுடைய ஆட்டைப் பார்க்க ஓடினான். அடு அடைக்கப்பட்டிருந்த அறையைத் திறந்து பார்த்தான். ஆடு அங்கே இல்லை. ஆனால், ஆடு அங்கே இருந்ததற்கான அடையாளமாக அது போட்ட புழுக்கைகள் சிதறிக் கிடந்தன. ஆடு மிச்சம் வைத்த இலைகள் இருந்தன.

'ஆடு எங்கே போயிருக்கும்?' என்ற கேள்வி அவன் உள்ளத்தில் புகுந்து அவனைத் தவிக்க வைத்தது. அந்த அறையின் கதவைப் 'படாரென்று' சாத்திவிட்டு வெளியே வந்தான் செந்தில். கோபத்தோடு வீட்டுக்குள் போனான். வீட்டில் முதலாளி சோபாவில் உட்கார்ந்து டிவியில் சினிமாப்படம் பார்த்துக் கொண்டிருந்தார். அவர் அருகே அவர் மனைவி உட்கார்ந்திருந்தாள். அவள் முகத்தில் களையே இல்லை.

"ஏன் ஆட்டக் காணோம்" என்று சத்தம் போட்டான் செந்தில்.

அவனுள் உருவான கோபம் அவன் முகத்தில் இருந்தது. "ஏன் ஆடு... ஏன் ஆடு..." என்று மறுபடியும் கத்தினான் அவன்.

முதலாளி அமைதியாக, "என்ன நடந்ததுன்னு வேலக்காரன் சொல்லல்ல... அவன் ஒரு முட்டாப்பய. நா விவரமாச் சொல்றேன். மொதல்ல அமைதியா இரு..." என்று பீடிகை போட்டார். ஆனால், செந்தில் கத்தினான்... "ஏன் ஆடு எங்க?"

முதலாளி மறுபடியும் சொன்னார்... "சத்தம் போடாத, நா சொல்றேன்."

செந்தில் குமுறலை அடக்கிக்கொண்டு எதுவும் பேசாமல் இருந்தான். அப்போது அங்கே வீட்டு வேலைக்காரன் வந்தான். அவனுக்கு ஐம்பது வயதுதான் இருக்கும். ஆனால் ஒருமையில்தான் அவனை அழைப்பார் அவர். அவரைப் பொறுத்தவரை, தன்னிடம் வேலை செய்கிற எல்லோரும் அவருக்குக் கீழேதான். ஒருமைச் சொல்தான் அளவுகோல்.

"ஏம்பா... என்ன நடந்ததுன்னு நீ தம்பிக்குச் சொல்லல்ல?"

வேலைக்காரன் மௌனமாக நின்றான். அவன் நெஞ்சுக்குள் செந்தில் காரில் ஏறி மதுரைக்குப் போன பிறகு வீட்டில் நடந்த காட்சிகள் எழுந்து நின்றன. அவற்றை எப்படிச் சொல்ல முடியும்?

"செந்தில்... நீ போனதும் ஆடு கத்திக்கிட்டே இருந்தது. அது கத்தாம இருக்கட்டும்னு அது இருந்த ரூம் கதவத் திறந்து வைச்சோம். அப்பறம் சத்தம் கேக்கல்ல. நாங்க எல்லாரும் எங்க வேலயப் பாத்தோம். ஆனா, ஆடு கயித்த அறுத்துக்கிட்டு வெளியே ஓடிருக்கு. எங்களுக்கு எதுவும் தெரியாது. வெளிய போன ஆடு, மெயின் ரோட்டுல லாரியில அடிபட்டுச் செத்திருக்கு... ரோட்டுல போன ஆளுக சொல்லித்தான் எங்களுக்குத் தெரியும்!" என்று நிதானமாகப் பேசினார் முதலாளி. ஆனால், செந்திலால் அதை நம்ப முடியவில்லை. "ஆடு... ஆடு..." என்று அழுதான்.

"வீட்டு வாசல்ல மெயின் ரோட்டுல சிந்தியிருக்கிற ஆட்டு ரத்தத்தப் போயிப் பாரு..."

செந்தில் வெளியே ஓடிப்போய் மெயின் ரோட்டைப் பார்த்தான். ரத்தம் சிந்தின அடையாளம் இருந்தது. அவனுக்கு அதைப் பார்த்ததும் அழுகை வந்தது. அழுதான்...

அப்போது முதலாளி சொன்னார்... "செந்தில், ஒரு விசயத்தப் புரிஞ்சிக்க. இது சாமிக்குக் காவு குடுக்க வேண்டிய ஆடு... சாமிக்காகவே வளத்த ஆடு. ஆனா, நீ அத வெட்டக்கூடாதுன்னு அதக் கூட்டிகிட்டு ஓடியாந்த... கடேசியில சாமியே ஆட்டக் காவு வாங்கிருச்சி..."

வீட்டு வேலைக்காரன் முதலாளியின் வார்த்தைகளைக் கேட்டு அவரை ஆச்சரியமாகப் பார்த்துக் கொண்டிருந்தான். செந்திலின் கண்களில் இருந்து கண்ணீர் கொட்டியது.

"ஆடு சாமிக்காக வளத்தது. அது லாரியில அடிபட்டுச் செத்துப் போச்சி. அதுக்காக, அதுவுட்டு ஒடம்ப ரோட்டுலயே விடுறதா? அதக் கொன்னாந்து நம்ம வீட்டுத் தோட்டத்திலயே பொதைச்சிட்டோம். பால் ஊத்திப் பொதைச்சோம். வேணும்னா, போயிப் பாரு" என்று சொன்ன முதலாளி, பிறகு வேலைக்காரனைப் பார்த்துச் சொன்னார்... "கூட்டிக்கிட்டுப்போய் தம்பிக்கு ஆடு பொதைச்சிருக்கிற எடத்தக் காட்டு."

வேலைக்காரன் முதலாளியின் வார்த்தைகளை மட்டுமல்ல, அவரின் பார்வையின் அர்த்தத்தையும் புரிந்துகொண்டு செந்திலைக் கூட்டிக்கொண்டு போனான். அங்கே ஆட்டின் உடல் புதைக்கப்பட்டதாக ஓர் இடத்தைக் காட்டினான் அவன். அது, குழி தோண்டி மூடப்பட்டதாக இருந்தது. அதனுள்ளேதான் ஆட்டின் உடல் இருக்கிறதா என எண்ணி எண்ணி அழுதான் செந்தில். வீட்டு வேலைக்காரன் அவனைச் சமாதானப் படுத்தினான். ஆனாலும், செந்தில் அழுது கொண்டே இருந்தான்.

வீட்டு வாசலில் இருந்து செந்தில் அழுவதைக் கவனித்த முதலாளி, அவனருகே வந்து, "இனி அழுது பலன் இல்ல. கை கால் முகத்தக் கழுவிட்டுச் சாப்பிடு. நாளைக்கு உன்ன ஒரு ஆள வுட்டு ஊருக்குக் கூட்டிட்டுப் போகச் சொல்றேன்!" என்றார். ஆனால் செந்தில், 'ஆடு இல்லாமல் வீட்டிற்கு எப்படிப் போக முடியும்?' என்று நினைத்துத் தொடர்ந்து அழுதான்.

முதலாளியும் அவர் மனைவியும் காரில் ஏறி வெளியே போனார்கள். அவர்கள் போவது எங்கே என்று வீட்டு வேலைக்காரனுக்குத் தெரியும். கார், மெயின் ரோட்டுக்குப் போய் மறைந்ததும், செந்திலின் அருகே வந்த வீட்டு வேலைக்காரன் சுற்றும் முற்றும் பார்த்துவிட்டு மெதுவாக, "தம்பி... நாள் முழுசும் அழுதாலும், ஆடு திரும்ப வராது" என்றான்.

செந்தில் கேவிக் கேவி அழுதான்.

"ஆடு, ஆடுன்னு அழுவுறியே! எதுக்கு இந்த வூட்டுக்கா ஆட்டக் கூட்டிக்கிட்டு வந்த?"

செந்தில் பதில் சொல்லாமல் வேலைக்காரனையே பார்த்தான். ஆனால் அவன் மனம் 'கோயில்ல ஆட்டை

வெட்டிருவாங்கன்னுதானே கூட்டிகிட்டு வந்தேன்' எனச் சொல்லியது.

"உன்னப் பாத்தா பாவமா இருக்கு. ஆட்டக் காப்பாத்துறன்னு வூட்ட வுட்டுட்டு ஓடியாந்துட்ட... நா அம்பது ரூபா தர்றேன். பஸ்சில ஊருக்குப் போ... இந்த வூட்டுக்கு முன்னாடி டவுன் பஸ் எடுத்தேன்னா, அது பெரிய பஸ் ஸ்டாண்டுக்குப் போவும். போயிரு. இங்க இருக்காத. நீ இந்த வூட்டுக்கு வந்ததே பெரிய தப்பு..."

அப்போது செந்தில் சொன்னான்... "நா வரல. லாரி டிரைவர் கணபதிதான் இங்க கூட்டியாந்தாரு!"

"கணபதியா? அவன் கூறு கெட்டவன்.. எல்லாம் தெரிஞ்சும் உன்னையும், ஆட்டையும் கூட்டிக்கிட்டு வந்திட்டானே!"

செந்தில் எதுவும் புரியாமல் வேலைக்காரனையே பார்த்தான். வேலைக்காரன் மீண்டும் சுற்றும் முற்றும் பார்த்தான். பிறகு மெதுவாகச் சொன்னான். "இந்த மொதலாளி பொல்லாத ஆளு. போலீசெல்லாம் அவரு கைக்குள்ள... உன் ஆடு லாரியில அடி படல்ல. அத மொதலாளி ஆள் வைச்சு வெட்டிக் கறியாக்கிட்டாரு. வெட்டுன கறிய மொதலாளிட்டு வேற வீட்டுக்குப் போயிருக்கு... அங்க விருந்து நடக்கும். உன் ஆடு கறியாகி, குழம்பாகி மொதலாளிக்கு வேண்டுனவங்க சாப்புடுவாங்க. அதுக்குத்தான் மொதலாளி போயிருக்காரு! நா சொன்னதாச் சொல்லாத... ஏன் வேலைக்கே ஆபத்தாயிரும்..."

செந்திலுக்குக் கோபம் சிலிர்த்து எழுந்தது. "ஆடு பொதைச்ச எடத்த நீயே தோண்டிப் பாத்ததா மொதலாளிகிட்டச் சொல்லு... குழியில ஆட்டு ஒடலே இல்லியேன்னு சொல்லு. முடிஞ்சா, தோண்டிப்பாரு" என்று ஓர் ஆலோசனையும் கொடுத்தான் வேலைக்காரன். பிறகு அவன் "எனக்கு அஞ்சாறு புள்ளைக. உன்ன மாதிரி ஒருத்தன் இருக்கான். எல்லாரையும் காப்பாத்தணும்னு இங்க வேல செய்யிறேன்" என்று தனது நிலையை விவரித்தான்.

வீட்டு வேலைக்காரன் சொன்னது போல் நாலு மணியைப் போல் முதலாளி காரில் வந்து இறங்கினார். அவரைக் கண்டதும் அவரருகே போன செந்தில், "ஏன் ஆடு லாரியில அடி படல்ல. நீங்க வெட்டிட்டீங்க" என்றான் கோபமாக.

“உன் ஆடு லாரியிலதான் அடிபட்டுச் செத்திருச்சி. சும்மா இங்க சத்தம் போடாமப்போ... இல்லேனா, கழுத்தப் புடிச்சி வெளியே தள்ளிருவேன்” என்றார் முதலாளி கோபமாக. மனதுக்குள் ‘ஆடு லாரியில் அடிபடவில்லை என்பது இவனுக்கு எப்படித் தெரியும்?’ என்று யோசிக்கத் தொடங்கினார்.

செந்தில் மறுபடியும் கத்தினான். “ஏன் ஆட்டை வெட்டிட்டீங்க. குழியத் தோண்டிப் பாத்தேன்.”

“யாரு ஒன்ன குழி தோண்டிப்பாக்கச் சொன்னா?” என்று முதலாளி கேட்டதும், செந்தில் தன்னைக் காட்டிக் கொடுத்து விடுவானோ எனப் பயந்தான் வேலைக்காரன். ஆனால், செந்தில் புத்திசாலித்தனமாகப் பேசினான்... “நீங்கதானே சொன்னீங்க... தோட்டத்தில பொதைச்சிருக்கேன். போயிப் பாருன்னு... பாத்தேன். குழியில ஒன்னுமே இல்ல.”

செந்திலின் பதிலைக்கேட்டு அதிர்ந்த முதலாளி, ‘இவன இங்க வச்சிருந்தாப் பிரச்சனைதான்’ என்ற முடிவுக்கு வந்து, கார் டிரைவரைக் கூப்பிட்டு, “இவனப் புடிச்சி கேட்டுக்கு வெளியே தள்ளு” என்றார். கார் டிரைவர் செந்திலை நெருங்கியபோது, பக்கத்தில் கிடந்த அரைச் செங்கல் ஒன்றை எடுத்து, வீட்டின் வாசலருகே இருந்த மயில் ஓவியம் வரைந்த கண்ணாடி மீது வேகமாக வீசிவிட்டு வீட்டை விட்டு வெளியே ஓடினான்.

முதலாளிக்கு மீசை துடித்தது. “டேய் அவனப் புடிச்சிட்டு வாங்கடா... ஆயிரம் ரூபா கண்ணாடிய ஒடைச்சிட்டான்...”

கார் டிரைவரும், வீட்டு வேலைக்காரனும் செந்திலைப் பிடிக்க ஓடினார்கள். வீட்டு வேலைக்காரன் பிடிபடக்கூடாது என்று நினைத்துக் கொண்டே ஓடினான்.

அந்த வீட்டு கேட்டைத் தாண்டி வெளியே போன செந்தில், ஒரு யோசனையில் பக்கத்து வீட்டு கேட் திறந்து இருக்கவும், அதனுள்ளே புகுந்து போனான். அவனைத் துரத்தி வந்த கார் டிரைவர் அப்படியே நின்று விட்டுச் செந்திலைத் துரத்தாமல் திரும்பி முதலாளியிடம் வந்தான். அவனைப் பின்தொடர்ந்த வேலைக்காரன், ‘செந்தில் சரியான இடத்திற்குத்தான் போயிருக்கிறான்’ என எண்ணிக்கொண்டான்.

“அவன் பக்கத்து வூட்டுக்குள்ள புகுந்திட்டான்” என்று கார் டிரைவர் முதலாளியிடம் சொன்னபோது, அவர் எதுவுமே

பேசவில்லை. பக்கத்து வீடு, புகழ்பெற்ற வக்கீல் வீடு. எப்போதும் அவருக்கு எதிரான வழக்குகளில் ஆஜராவார்.

"சரி... கேட்ட சாத்துங்க..."

பக்கத்து வீட்டுக்குப் போன செந்தில், தயங்கித் தயங்கி வீட்டு வாசலுக்குப் போனான். கதவைத் தட்டினான். கதவு திறந்தது.

"யாருப்பா? என்னா வேணும்?"

"ஏன் பேரு செந்தில்" என்று தொடங்கிய செந்தில், நடந்ததைச் சொன்னான்.

"அடப்பாவி... கோயில் ஆட்டைப் பக்கத்து வீட்டுக்காரன் வெட்டிட்டானா? உன்ன அவன் ஒன்னும் பண்ண முடியாது. ஏன் வீட்டுக்கு வந்திட்ட இல்ல, இனி அவன் உன்னத் தேடி வரமாட்டான்" என்ற அந்த வக்கீல், செந்திலைப் பார்த்து, "நீ பகல் சாப்புட்டியா, மொதல்ல அதச் சொல்லு" என்று கேட்டார்.

செந்தில் மௌனமாக இருந்தான். 'எவரையும் நம்ப முடியவில்லை. பக்கத்து வீட்டு முதலாளியும் முதலில் இப்படித்தான் பேசினான். பிறகு ஆட்டையே வெட்டிவிட்டான். இவர் என்ன செய்வாரோ?' என எண்ணிக் கொண்டான்.

செந்தில் பதில் பேசாததைப் பார்த்த வக்கீல், "கந்தசாமி, இங்க வாப்பா..." என்று குரல் கொடுக்க, வயதான ஒருவர் வீட்டினுள்ளே இருந்து வந்தார். அவருக்கும், வழக்குரைஞர் வயதிருக்கும். அவரைப் பார்த்ததுமே செந்திலுக்குப் பிடித்துப் போய்விட்டது.

"கந்தசாமி, பையன் பேரு செந்தில். அவன் யாரு, அவன் கத எல்லாத்தையும் அப்பறமாச் சொல்றேன். மொதல்ல தம்பிக்குச் சாப்பாடு குடு..." என்றார் வக்கீல்.

"வாப்பா" என்று அழைத்த கந்தசாமி, செந்திலைச் சமையல் கட்டிற்குக் கூட்டிப் போனார். அவரைப் பார்க்கும்போது தாத்தாவின் நினைவு செந்திலுக்கு வந்தது. அழத் தொடங்கினான். அவன் கண்களில் இருந்து கண்ணீர் வந்தது.

"ஏம்பா அழுவுற?" என அன்போடு கேட்டார் கந்தசாமி.

"தாத்தாவ நெனச்சு அழுதேன்..."

"நானும் ஒனக்குத் தாத்தாதான், அழாத..."

கந்தசாமியின் ஆறுதல் வார்த்தைகள் செந்திலின் அழுகையை நிறுத்தின.

ஒரு தட்டில் சோறு போட்டு அதன் மேல் சாம்பார் ஊற்றிக் கொடுத்தார் கந்தசாமி.

"சாப்பிடு செந்தில்..."

செந்தில் அந்தத் தட்டை வாங்கி வைத்துக் கொண்டு கந்தசாமியையே பார்த்தான். கந்தசாமி, "உன் முகத்தப் பாத்தா பகல் சாப்பிடல்லன்னு தெரியுது. சாப்பிடு" என்று சொன்னதும், தான் சாப்பிடாதது இவருக்கு எப்படித் தெரியும் என யோசித்தான்.

செந்தில் சாப்பிட்டு முடித்ததும், தன் கதையை அப்படியே கந்தசாமிக்குச் சொன்னான்... அதைக் கேட்ட கந்தசாமி, "பக்கத்து வூட்டுக்காரனா? அவன் மனுசனே இல்லியே! அரசியல்வாதிகள, போலீசக் கையில வைச்சிகிட்டு, மதுரயில அநியாயம் பண்ணிக்கிட்டிருக்கான். அவன் மேல ஆறு வழக்கு இருக்கு. அவனுக்கு எதிரா அந்த ஆறு வழக்கிலயும் ஐயாதான் பேசுறாரு. அவன் வூட்டுக்கு நீ ஏன் வந்த? அவனுக்கிட்ட ஆட்டோட மாட்டிக்கிட்ட... கோயில் ஆடுன்னாலும் இறைச்சிதான் அவனுக்கு முக்கியம்... அவன ஆட்டுக்கறி ஆறுமுகம்னு சொல்லுவாங்க..."

செந்திலின் கண்கள் கலங்கின. 'ஆடு, ஆடு' என முணுமுணுத்தான்.

"இப்ப அழுது ஒன்னும் ஆகாது. நம்ம வக்கீல் ஐயா நல்ல மனுசன். உன்ன உன் வூட்டுல சேப்பாரு" எனச் செந்திலுக்குத் தைரியமூட்டினார் கந்தசாமி.

மாலை ஐந்து மணியைப் போல் கோர்ட்டிலிருந்து உற்சாகமாக வீட்டுக்கு வந்தார் வக்கீல். வீட்டில் மனைவியிடம் "அமுதா... பத்து வருசமா இழுத்துக்கிட்டு இருந்த ஒரு வழக்கு ஜட்ஜ்மெண்ட் ஆயிருச்சி. இந்தக் கேஸ் எனக்கு சவாலா இருந்தாலும், கஷ்டப்பட்டு வென்றுட்டேன். கட்சிக்காரன் காலைப் பிடிச்சி அழுதான். யாரும் பேச மாட்டேன்ன கேஸ். நான் பேசி வென்றேன். கடவுள் கண் திறந்திட்டான்!" என்று சொல்லிவிட்டுச் சோபாவில் சாய்ந்தார்.

பிறகு கண்களை மூடப் போனபோது மனைவி அமுதா, "உங்களுக்கு ஒரு லெட்டர் வந்திருக்கு" என்று ஒரு கடிதத்தைக் கொடுத்தாள். கடிதத்தைப் பிரித்துப் படித்த வக்கீல், அமுதாவைக் கட்டிப்பிடித்து, "அமுதா... என் கனவு பலிச்சிருச்சி. என்ன ஆக்டிங் ஜட்ஜா நியமிச்சிருக்காங்க" என்று உற்சாகமாய்ச் சொன்னார்.

பிறகு, மெதுவாகச் சொன்னார்... "இந்தப் பையன் ராத்திரி கால் வைச்சதில இருந்து நல்ல சேதியா வருது. எனக்கு இப்பதான் ஞாபகம் வருது. போன வருசம் பழனிக்குப் போனபோது, குடுகுடுப்பைக்காரன் 'உங்க வூட்டுக்கு, முன்பின் தெரியாத ஒருத்தன் வருவான். அவன் வீட்டுல கால் வைச்சதும் நல்லதா நடக்கும்'னு சொன்னான். அவன் இவன்தான்னு நெனைக்கிறேன். அவன நல்லா கவனி..."

"அவன நல்லாதான் கவனிக்கச் சொல்லியிருக்கேன் கந்தசாமிகிட்ட. இந்தப் பையனப் பாக்கிறப்ப நம்ம கார்த்திக் ஞாபகம்தான் வருது. கார்த்திக் இவன் வயசில இப்புடித்தான் இருந்தான்..." என்றாள் அமுதா.

"கார்த்திக்னு நீ சொன்னதும்தான் ஞாபகம் வருது. ஏன் செல்லுக்குப் பேசினான். காலேஜ் லீவு வுட்டதும் அடுத்த வாரம் வர்றானாம்!"

"கோர்ட்டுக்குப் போனா, பொண்டாட்டி, புள்ள எல்லாமே மறந்து போகும்" என்றாள் அமுதா. அது வழக்கமான வார்த்தைகள் என நினைத்த வக்கீல் கண்களை மூடினார்.

அன்று இரவு செந்திலை வீட்டின் உள்ளே ஓர் அறையில் இருந்த கட்டிலில் படுக்க வைத்தார் வக்கீல்.

"செந்தில், நீ எதுக்கும் பயப்படாதே... இது உன் வீடு. உனக்கு என்ன வேணுமோ, கந்தசாமிகிட்டக் கேளு.."

செந்தில் படுக்கையில் படுத்தவாறு யோசித்தான். அம்மா, அப்பா, தாத்தா ஆகியோரின் நினைவுகள் அவனைக் குலுக்கின. வீட்டிற்குப் போக வேண்டும் என்று நினைத்தபோது, ஆடு இல்லையே என்பது அவனைப் பயமுறுத்தியது. ஆடு இல்லாமல் போனால் தாத்தா கோபப்படுவார். அடித்தாலும் அடிப்பார் என்றும் உணர்ந்தான். நேரம் ஆக, ஆக இந்த நினைவுகள் அழுத்த அழுத்த, அழுகைதான் வந்தது அவனுக்கு.

அவன் இங்கு அழ, அவனைக் காணாது தாத்தா, பாட்டி, அம்மா, அப்பா ஆகிய யாவரும் கலங்குவதும், அழுவதுமாகவே இருந்தார்கள். பாண்டியன் கடைக்குப் போகாமல் செந்திலைத் தேடிக் கொண்டிருந்தான்.

இரண்டு நாட்கள் கழித்து ஒரு சிறிய லாரியில் வக்கீல் வீட்டிற்கு ஓர் ஆடு வந்து இறங்கியது. அந்த ஆட்டைப் பார்த்தான். அது அவனுடைய ஆடு போலவே இருந்தது. அவன் மனதில் 'வக்கீல் வீட்டிற்கு ஏன் ஒரு ஆடு வந்திருக்கிறது?' என்ற கேள்வி எழுந்து நிற்க, கந்தசாமியிடம் போய்க் கேட்டான்.

"ஆடு வந்திருக்கே, ஏன்?"

"அதா... ஐயா ஜட்ஜ் வேல கெடைச்சா குலதெய்வத்துக்கு ஆடு வெட்டிப் பூச போடுறதா வேண்டிக்கிட்டாரு. இப்ப ஜட்ஜ் வேல கெடைச்சிருக்கு. இந்த ஞாயிறு அந்தப் பூச நடக்கப் போவுது. அதுக்குத்தான் ஆடு வந்திருக்கு" என்றதும், செந்தில் மௌனமாக நின்றான்.

அவனுக்கு வக்கீல் மேல் இருந்த நல்ல அபிப்பிராயம் கரைந்தது. இவரும் பக்கத்து வீட்டுக்காரரும் ஒன்றுதான். அவர் என் ஆட்டை வெட்டினார். இவர் வேறு ஆட்டை வெட்டப் போகிறார் என்று நினைத்தான். ஆனால், அதனை வெளிப்படுத்தாமல் கந்தசாமியிடம் கேட்டான் ஒரு கேள்வி... "சாமிக்கு ஏன் ஆடு வெட்டணும்?"

"சாமிக்குன்னு நெனச்சா வெட்டணும். எத்தனையோ பேரு ஆடு, கோழி, எரும, மாடு வெட்டுறாங்க!"

செந்தில் அந்தப் பதிலை ஏற்றுக் கொண்டது போல் இருந்தான். பிறகு ஆட்டையே பார்த்தான். வாயில்லாதது. வாயிருந்தால் அது பேசும்!

அன்று இரவு எல்லோரும் தூங்கிய பிறகு தூங்காமல் இருந்த செந்தில் படுக்கையில் இருந்து எழுந்து மெதுமெதுவாக நடந்து வீட்டின் உள்ளே இருந்து வெளியே வந்தான். பிறகு ஆடு கட்டியிருந்த இடத்திற்குப் போய் ஆட்டைக் கட்டியிருந்த கயிற்றை அவிழ்த்து ஆட்டைத் தூக்கித் தோளில் போட்டுக்கொண்டு அந்த வீட்டை விட்டு வெளியே வந்து நடந்தான். எங்கே போகிறோம் என்பது தெரியாமல், ஆட்டைக் காப்பாற்றிய திருப்தியில் அவன் நடக்கத் தொடங்கினான்.

* * *